Bộ Giải Nghĩa Kinh Thánh của Hạt Giống

Giải Nghĩa Sách Giô-na

Tác giả: **Daniel C. Owens**

Chủ biên bộ sách: **Daniel C. Owens**

©2021 Daniel C. Owens

Bộ sách giải nghĩa này được xuất bản theo sự thỏa thuận giữa Công ty TNHH Văn Phẩm Hạt Giống và các tác giả.

Giải nghĩa sách Giô-na
Tác giả: **Daniel C. Owens**
Thiết kế bìa: **Nguyễn Hiền Thư**
Sửa bản in: **Văn Phẩm Hạt Giống** ISBN (Canada): **9781988990309**

———————————

Phần Kinh thánh được trích dẫn từ Bản Truyền thống Hiệu đính, trừ những phần có ghi chú bản dịch cụ thể.

Kính tặng mẹ yêu quý, người đã giới thiệu con

đến với những câu chuyện của Kinh thánh

———————————————

For my beloved mother, who introduced me

to the stories of the Bible

Mục lục

Giới Thiệu Bộ Giải Nghĩa Kinh Thánh của Hạt Giống

Đức Chúa Trời sử dụng những người giảng dạy lời Chúa để giúp hội thánh trưởng thành và hiệp một trong Đấng Christ (Êph 4:11–16). Sách giải nghĩa là một công cụ hữu ích trong tay của người rao giảng lời Chúa. Mặc dù có một số sách giải nghĩa Kinh thánh được dịch từ tiếng Anh, nhưng hiện nay vẫn chưa có nhiều sách giải nghĩa được viết bằng tiếng Việt cho những người giảng lời Chúa bằng tiếng Việt.

Nhằm đáp ứng thêm nguồn sách giải nghĩa Kinh thánh bằng tiếng Việt cho độc giả, Văn Phẩm Hạt Giống cùng với các mục sư và giáo sư cùng thực hiện dự án Bộ Giải Nghĩa Kinh Thánh của Hạt Giống.

Chúng tôi muốn loạt sách giải nghĩa này đặc biệt phục vụ các mục sư, truyền đạo, sinh viên thần học, giáo viên các lớp trường Chúa nhật, và tất cả tín hữu muốn tìm hiểu lời Chúa. Những mục tiêu chính của loạt sách giải nghĩa này là giúp quý độc giả:

- quan sát bức tranh tổng quát của sách và cả Kinh thánh,
- phân tích bản văn để tìm hiểu từng phân đoạn Kinh thánh trong bối cảnh gốc,
- giải nghĩa phân đoạn khó hiểu,
- giải thích về giáo lý và thần học liên qua đến từng phân đoạn, và
- học cách áp dụng trong đời sống ngày nay.

Khi viết loạt sách giải nghĩa này, chúng tôi tuân theo những nền tảng tiêu chuẩn sau đây:

- Đức Chúa Trời là Thiên Chúa Ba Ngôi đã dựng nên trời và đất và vẫn làm chủ trên cả cõi vũ trụ mà Ngài đã sáng tạo.
- Kinh thánh là lời vô ngộ (không hề sai trật) trong nguyên bản và là thẩm quyền của Chúa.

- Công việc của Chúa Giê-xu trên thập tự giá - chịu khổ, chết, và sống
  lại để đền tội thay cho nhân loại là trọng tâm của sứ điệp Kinh thánh.
  Chỉ nhờ ân điển của Ngài bởi đức tin mà tội nhân được giải hòa với
  Đức Chúa Trời.
- Vì Kinh thánh là thẩm quyền tối thượng của Đức Chúa Trời: chúng
  tôi tuyệt đối tin cậy và tuân theo lời của Ngài bằng cách trung thành
  bám sát bản văn Kinh thánh.

Loạt sách này được viết không phải để giải đáp mọi thắc mắc của giới
học giả mà là để phục vụ cho mục sư, giáo viên, và tín hữu mong muốn đào
sâu trong Lời Chúa. Tuy nhiên, chúng tôi cũng muốn phục vụ những người
đã học chuyên sâu về thần học. Vì vậy, để đáp ứng nhu cầu của nhiều đối
tượng khác nhau, chúng tôi cố gắng viết phần chính một cách đơn giản để
một người tốt nghiệp lớp 9 cũng có thể hiểu, và chúng tôi sử dụng những
ghi chú cuối trang, phần nghiên cứu thêm hoặc phần phụ lục cuối sách để
thảo luận thêm về những vấn đề phức tạp hơn.

Daniel C. Owens
Chủ biên, Bộ Giải Nghĩa Kinh Thánh của Hạt Giống

Giới Thiệu

Một trong những mệnh lệnh khó áp dụng nhất trong Kinh thánh là lời dạy của Chúa Giê-xu: "Hãy thương yêu kẻ thù nghịch" (Mat 5:44). Yêu họ hàng, người thân hay anh chị em tín hữu trong hội thánh dễ hơn yêu kẻ thù. Thế nhưng, Chúa Giê-xu kêu gọi chúng ta yêu và cầu nguyện cho kẻ thù của mình. Đây là đòi hỏi hoàn toàn trái ngược với bản chất tội lỗi của chúng ta. Tuy nhiên, Bài Giảng Trên Núi không phải là phân đoạn đầu tiên dạy về việc yêu kẻ thù. Đức Gia-vê đã dạy cho tiên tri Giô-na bài học này từ hàng trăm năm trước khi Chúa Giê-xu giáng sinh.

Sách Giô-na là một câu chuyện hay, được viết bởi một tác giả có tài, theo sự soi dẫn của Đức Thánh Linh. Bên cạnh câu chuyện về Giô-sép, Ru-tơ, Đa-vít, và Ê-xơ-tê, sách Giô-na cũng là một trong những câu chuyện đẹp nhất trong Kinh thánh và được con dân Chúa yêu mến trải qua các thời đại.

> ## Nghiên cứu thêm: "Đức Gia-vê" và "Đức Giê-hô-va"
>
> Theo truyền thống của các Hội thánh Tin lành ở Việt Nam, tên của Đức Chúa Trời là "Đức Giê-hô-va". Tuy nhiên, trong sách này tôi viết Đức Gia-vê vì có lẽ cách viết này diễn đạt chính xác hơn theo cách phát âm của nguyên văn.
>
> Điều chắc chắn là "Jehovah" hoặc "Giê-hô-va" là phát âm không đúng, hiểu sai cách viết của người Do Thái.[a] Bằng chứng đơn giản là khi chúng ta hát "ha-lê-lu-gia", thì phần "gia" là tên của Đức Chúa Trời, được các học giả đoán là "Đức **Gia**-vê". Ngoài ra, trong Kinh Thánh cũng có hình thức ngắn "Gia" (יָהּ) trong Xuất 15:2, Ê-sai 12:2, v.v.... Như vậy, phần đầu của tên của Chúa là "Gia".
>
> Tuy nhiên, chúng ta không biết chắc chắn nguyên âm thứ hai của tên này là gì. Lý do là vì ngày xưa, nhằm mục đích tránh nói sai tên của

Chúa, người Do Thái đã ngừng nói tên của Chúa. Họ chỉ nói từ A-đô-nai (אֲדֹנָי), có nghĩa là "Chúa". Vì vậy, trong các cuốn Kinh thánh, mỗi khi có tên của Chúa, họ viết nguyên âm của từ A-đô-nai (אֲדֹנָי) cùng với phụ âm của Đức Gia-vê (יהוה). Kết quả là hình thức יְהֹוָה. Hình thức này không tồn tại trong ngôn ngữ Hê-bơ-rơ vì một phụ âm không thể nhận được hai nguyên âm.

Các học giả đoán rằng cách phát âm ngày xưa là Gia-vê (יַהְוֶה). Nhưng đây chỉ là giả thuyết mang tính suy đoán vì thiếu bằng chứng.[b]

[a]*HALOT* 395.

[b]Ví dụ: Nahum M. Sarna, *Exodus*, JPS Torah Commentary [Philadelphia: Jewish Publication Society, 1991], 18.

Bức Tranh Lớn Của Sách Giô-na

Sách Giô-na là một sách tiên tri đặc biệt. Thông thường các tiên tri Cựu Ước chủ yếu rao giảng sứ điệp của Chúa cho dân sự Chúa (ví dụ: Ê-sai 1) hoặc cho một nước lân cận như Ê-đôm (Áp-đia) chẳng hạn. Thế nhưng sách Giô-na chủ yếu kể về tiên tri Giô-na, và trong cả sách Giô-na chỉ có một câu nhà tiên tri rao giảng cho dân thành Ni-ni-ve mà thôi:

> "Còn bốn mươi ngày nữa Ni-ni-ve sẽ bị sụp đổ!" (Giô-na 3:4).

Trong nguyên văn, sứ điệp của tiên tri Giô-na chỉ có năm từ. Vì sao lại ngắn thế? Bởi vì sứ điệp ấy trước hết dành cho chính tiên tri Giô-na, rồi sau đó mới cho dân sự của Chúa. *Sứ điệp của sách Giô-na là: Chúng ta phải nhận biết và bắt chước Chúa, Đấng yêu kẻ thù của Ngài.*

Sứ điệp ấy gồm hai khái niệm quan trọng.

Thứ nhất, nhờ tình thương của Chúa mà chúng ta được cứu. Trong sách Giô-na, những người được giải cứu là các thủy thủ, những người ở thành Ni-ni-ve và chính tiên tri Giô-na. Sự giải cứu này bắt nguồn từ tình yêu thương của Đức Gia-vê (4:2). Theo Rô-ma 5:10, khi chúng ta còn là kẻ thù của Ngài, thì Chúa Giê-xu đã chết thay cho chúng ta để chúng ta được giải hòa với Đức Chúa Trời. *Sách Giô-na công bố tình yêu diệu kỳ của Đức Chúa Trời.*

Thứ hai, chúng ta phải làm theo cách của Chúa và yêu thương kẻ thù.[1] Sách Giô-na kết thúc bằng một câu hỏi (4:10–11). Đây là câu kết nhằm

[1]Cũng xem Daniel C. Timmer, "Jonah and Mission: Missiological Dichotomy, Biblical theology, and the *via tertia*", *Westminster Theological Journal* 70, số ph. 1 (2008): 170. Mặc

mục đích khiến tiên tri Giô-na và độc giả phải suy nghĩ lý do Chúa lại yêu thương một dân độc ác, là kẻ thù của dân sự Chúa. Tình yêu của Chúa dành cho dân Ni-ni-ve liên hệ đến chúng ta như thế nào? Cựu Ước có chứa một mệnh lệnh: "Đừng trả thù, đừng mang mối oán hận với đồng bào mình, nhưng hãy yêu thương người lân cận như chính mình" (Lê 19:18). Như vị chuyên gia kinh luật trong Lu-ca 10:29, chúng ta có thể hỏi: "Ai là người lân cận của tôi?" hoặc "chúng ta phải yêu thương ai?" *Sách Giô-na dạy chúng ta yêu những người Chúa yêu.*

Chúng ta biết khái niệm này qua chương đầu và chương cuối của sách. Trong chương 1, Đức Gia-vê sai Giô-na đến thành Ni-ni-ve để giảng lời Chúa cho họ (1:1–2). Tuy nhiên, Giô-na trốn chạy sự hiện diện của Chúa để đi đến một vùng thuộc bên kia Địa Trung Hải, là Ta-rê-si (1:3). Vì sao ông chạy trốn sự hiện diện của Chúa và nhiệm vụ rao giảng lời Chúa cho dân thành Ni-ni-ve?

Trong Giô-na 4:2, chính Giô-na đã đưa ra lời giải thích thông qua lời ông cầu nguyện với Chúa. Khi Chúa thương xót dân thành Ni-ni-ve bởi họ đã ăn năn tội lỗi mình, Giô-na giãi bày lòng mình với Chúa:

> "Lạy Đức Giê-hô-va, chẳng phải đây là điều con đã thưa với Ngài khi con còn ở trong xứ của con sao? Đó là lý do con vội vàng trốn qua Ta-rê-si. Bởi con biết Ngài là Đức Chúa Trời nhân từ, thương xót, chậm giận, giàu ơn và đổi ý không giáng tai vạ." (Giô-na 4:2)

Giô-na không muốn Chúa thương xót dân thành Ni-ni-ve. Ông biết Chúa là Đấng yêu thương và hay tha thứ cho người phạm tội. Và ông không muốn dân thành Ni-ni-ve được tha thứ bởi vì họ là kẻ thù của Y-sơ-ra-ên. Giô-na không chấp nhận được việc Chúa yêu thương dân thành Ni-ni-ve. Trái lại, trong Giô-na 4:3, ông cầu nguyện: "Lạy Đức Giê-hô-va, bây giờ con nài xin Ngài cất mạng sống con đi, vì về phần con, chết còn hơn sống!" Bởi đó, Đức Chúa Trời đã dạy cho Giô-na một bài học quan trọng về tình yêu của Ngài.

Chúng ta cũng giống như Giô-na. Chúng ta thường yêu những người thân, đặc biệt là những người dễ thương. Thế nhưng, Đức Chúa Trời lại yêu thương cả những người khó thương. Với Giô-na, người "khó thương" đó là người A-si-ri. Điều chúng ta phải suy nghĩ để áp dụng sách Giô-na là: Ai là người "khó thương" đối với chúng ta?

---

dù Cựu Ước không có lời kêu gọi cả dân sự đi ra truyền giáo cho các nước khác, nhưng Timmer cho rằng sách Giô-na khích lệ người Y-sơ-ra-ên phải bắt chước thuộc tính của Đức Chúa Trời *(imitatio Dei)* trong việc quan tâm đến người ngoại quốc, cũng như họ được kêu gọi bắt chước Ngài trong phân đoạn khác như Lê 19:2 và Phục 8:6.

Bối cảnh lịch sử

Tác giả và niên đại của sách

Như đã nói ở trên, Giô-na là sách tiên tri đặc biệt. Các sách tiên tri thường cho người đọc biết tên tác giả, chẳng hạn như sách Áp-đia: "Khải tượng của Áp-đia" (Áp-đia 1) hoặc sách Mi-chê: "Lời của Đức Giê-hô-va phán với Mi-chê" (Mi-chê 1:1). Ngoài ra, phần mở đầu của các sách tiên tri cũng thường đề cập đến bối cảnh lịch sử bằng cách nhắc đến các vua cai trị thời kỳ đó (ví dụ: Ê-sai 1:1). Tuy nhiên, sách Giô-na chỉ đề cập Giô-na, nhân vật chính của sách, là "con trai A-mi-tai" (1:1), không khẳng định ông là tác giả. Ngoài sách Giô-na, Kinh thánh chỉ đề cập đến "nhà tiên tri Giô-na, con A-mi-tai, ở Gát Hê-phe" một lần (2 Vua 14:25), là phân đoạn mô tả thời trị vì của Giê-rô-bô-am II (thế kỷ 8 TC.). Vì cả 2 Các Vua 14:25 và Giô-na 1:1 đều cùng nhắc đến tên Giô-na và tên cha của ông, nên có lẽ cùng một ông Giô-na đang được nói đến ở đây. Chúng ta có thể kết luận rằng những sự kiện của sách Giô-na liên hệ đến thế kỷ 8 TC., khi Giê-rô-bô-am II trị vì trên Y-sơ-ra-ên.[2]

Vì Kinh Thánh không khẳng định ai là người viết sách, nên chúng ta không nên quá chắc chắn về tác giả và thời điểm viết sách. Có hai quan điểm về tác giả của sách.

Giô-na chính là tác giả. Ai có thể biết rõ các sự kiện này nếu không phải là chính Giô-na? Sách Giô-na khắc họa tiên tri Giô-na là người không vâng phục Chúa và ích kỷ. Thông thường người ta không tự nói xấu chính mình. Tuy nhiên, rất có thể Giô-na đã học được bài học Chúa dạy ông khi ở ngoài thành Ni-ni-ve và đã ăn năn, trở về Y-sơ-ra-ên với sứ điệp dành cho người Y-sơ-ra-ên. Khi đã ăn năn, ông có thể giảng dạy sứ điệp bằng chính việc kể lại kinh nghiệm của bản thân. Tuy nhiên, vì tiên tri Giô-na không phải là nhân vật chính diện, nên quan điểm cho rằng người khác đã viết về ông thì hợp lý hơn.[3]

Một người cùng thời hoặc người sống sau thời của Giô-na viết sách Giô-na. Trong sách, tác giả không xưng "tôi" như trong sách Nê-hê-mi (ví dụ, Nê 1:1). Vì vậy, có thể một người khác đã viết về kinh nghiệm của Giô-na. Các học giả vẫn tranh cãi về thời điểm tác giả này viết sách Giô-na. Thời điểm viết sách Giô-na sớm nhất có thể là trong triều đại của vua Giê-rô-bô-am II (dựa trên 2 Vua 14:25), vào khoảng năm 750 TC. Một số học giả tin

---

[2] Donald J. Wiseman, T. Desmond Alexander, và Bruce K. Waltke, *Obadiah, Jonah and Micah*, TOTC 26 (Downers Grove, IL: InterVarsity Press, 1988), 55.

[3] Douglas K. Stuart, *Hosea-Jonah*, WBC 31 (Nashville, TN: Nelson, 1998), 432

rằng sách Giô-na được viết trước thời kỳ lưu đày.[4] Niên đại muộn nhất có thể là thế kỷ 3 TC. vì Ben Sirah 49:10 (Công giáo gọi là Huấn Ca) đề cập đến 12 sách tiểu tiên tri (nghĩa là bao gồm cả sách Giô-na) vào thế kỷ 2 TC. Ngoài hai giai đoạn nói trên, chúng ta không biết chắc sách được viết ra khi nào.[5]

Nghiên cứu thêm: Niên đại của sách

Theo suy đoán, đa số các học giả đều cho rằng sách Giô-na được viết vào thời hậu lưu đày.[a]

Lý do chủ yếu là vì họ tin rằng ngôn ngữ trong sách chịu ảnh hưởng của tiếng A-ram.[b] Tuy nhiên, lý do này không đảm bảo vì các học giả đã khám phá ra rằng những từ họ vẫn thường xem là mang đặc trưng của tiếng A-ram cũng có trong tiếng Ugarit.[c] Ngoài ra, tiếng A-ram cũng được biết đến ở Y-sơ-ra-ên và Giu-đa từ thời tiền lưu đày (xem 2 Vua 18:26), có nghĩa là bằng chứng về ngôn ngữ này không chứng minh sách đã được viết ra vào thời hậu lưu đày.[d]

Lý do thứ hai liên quan đến tính lịch sử của sách. Allen, một học giả đặc biệt nổi tiếng trong lĩnh vực này, cho rằng trong Giô-na 3:3, tác giả sách Giô-na đã mô tả không chính xác về thành Ni-ni-ve.[e] Còn có một số lý do khác mà tôi sẽ bàn luận chi tiết hơn trong phần **Thể loại văn chương** bên dưới.

Đến đây thì chúng ta có thể nói rằng bằng chứng liên quan đến tính lịch sử của sách không chứng minh được rằng sách Giô-na được viết trong thời kỳ hậu lưu đày. Có thể nhận định của J. Limburg là kết luận hợp lý nhất: Vì chúng ta không thể biết chắc chắn thời điểm sách được viết ra, nên có lẽ thời điểm viết sách không cần thiết cho việc giúp chúng ta hiểu được sách Giô-na.[f]

---

[a]Ví dụ: Leslie C. Allen, *The Books of Joel, Obadiah, Jonah, and Micah*, NICOT (Grand Rapids: Eerdmans, 1976), 188; Uriel Simon, *Jonah*, JPS Torah Commentary

---

[4]John H. Walton, "Jonah", trong *The Expositor's Bible Commentary: Daniel–Malachi*, btv. Tremper Longman và David E. Garland, pb. chỉnh lý (Grand Rapids: Zondervan, 2006), 456. Học giả khẳng định thời điểm trước lưu đày là Y. Kaufmann, *The Religion of Israel*, bd. M. Greenberg, pb. tóm lược (Chicago: University of Chicago Press, 1960), 83; được trích dẫn bởi Jack M. Sasson, *Jonah*, AB 24B (New Haven: Yale University Press, 2008), 21; và Paul J. N. Lawrence, "Assyrian Nobles and the Book of Jonah", *Tyndale Bulletin* 37 (1986): 121–32.

[5]Stuart, *Hosea-Jonah*, 432.

(Philadelphia: Jewish Publication Society, 1999), xli; Sasson, *Jonah*, 26; Kevin J. Youngblood, *Jonah*, ZECOT (Grand Rapids, MI: Zondervan, 2015), 34.

[b] Allen, *The Books of Joel, Obadiah, Jonah, and Micah*, 186–87; Sasson, *Jonah*, 22.

[c] Stuart, *Hosea-Jonah*, 432

[d] Walton, "Jonah", 456.

[e] Allen, *The Books of Joel, Obadiah, Jonah, and Micah*, 186

[f] James Limburg, *Jonah*, OTL (Louisville, KY: Westminster/John Knox, 1993), 30.

Vì không biết chắc niên đại của sách, nên chúng ta cần tập trung vào bối cảnh lịch sử của nó (tức là thời Giô-na sống).

Y-sơ-ra-ên Thời Giô-na

Vì Giô-na 1:1 liên hệ những sự kiện của sách và lời tiên tri của Giô-na với thời của Giê-rô-bô-am II (2 Vua 14:25), nên chúng ta cần bắt đầu tại đó. Qua 2 Các Vua 14:23–25, chúng ta biết một số điều quan trọng.

Thứ nhất, Giô-na phục vụ Chúa trong thời trị vì của Giê-rô-bô-am II, vua của Y-sơ-ra-ên. Đây là thời kỳ vương quyền bị phân chia, khi các vua theo dòng Đa-vít cai trị tại thành Giê-ru-sa-lem, xứ Giu-đa, ở miền Nam, còn các vua của Y-sơ-ra-ên cai trị tại thành Sa-ma-ri ở miền Bắc. Theo 2 Các Vua 14:23, Giê-rô-bô-am II đã cai trị ở Sa-ma-ri 41 năm, nghĩa là lâu hơn vua Sa-lô-môn một năm. Đây là triều đại rất dài, có thể được người đương thời xem là triều đại rất thành công.

Thứ hai, theo câu 24, Giê-rô-bô-am II đã phạm tội giống như Giê-rô-bô-am I. Giê-rô-bô-am I là vua Y-sơ-ra-ên đầu tiên của vương quốc phía Bắc. Ông đã làm hai con bò con bằng vàng và lập bàn thờ tại Bê-tên và Đan. Ông lập những người không thuộc dòng Lê-vi lên làm thầy tế lễ (1 Vua 12:27–31). Tất cả những điều này đi ngược lại với những yêu cầu mà luật pháp đặt ra (xem Xuất 20:3–6; 32:1–35; Phục 10:8; 12:5–7; 32:8–11). Vì Giê-rô-bô-am II đi theo khuôn mẫu đó, nên Kinh thánh lên án ông là vị vua thất bại về phương diện thuộc linh (2 Vua 14:24).

Thứ ba, mặc dù Giê-rô-bô-am II thất bại về phương diện thuộc linh, nhưng ông lại thành công về mặt quân sự. 2 Các Vua 14:25 mô tả công việc của vua Giê-rô-bô-am II:

> Chính vua đã khôi phục bờ cõi Y-sơ-ra-ên từ cửa ải Ha-mát cho đến biển A-ra-ba, đúng như lời Giê-hô-va Đức Chúa Trời của Y-sơ-ra-ên đã phán bởi đầy tớ Ngài là nhà tiên tri Giô-na, con A-mi-tai, ở Gát Hê-phe.

Khi mở rộng bờ cõi, Giê-rô-bô-am II cũng khôi phục lại ranh giới của Y-sơ-ra-ên từ thời vua Sa-lô-môn (1 Vua 8:65), tức là ông đã phục hồi vinh quang của quốc gia Y-sơ-ra-ên.

Vì sao Y-sơ-ra-ên có thể làm vậy trong lúc này? Trên một phương diện, câu trả lời của chúng ta là nhờ sự tể trị của Chúa. Nhưng chúng ta cũng có thể nói thêm về điều kiện lịch sử Chúa sử dụng để thực hiện kế hoạch của Ngài.

Người A-si-ri Trong Thời Giô-na

Vào thế kỷ 8 TC., Y-sơ-ra-ên tương đối lớn mạnh. Khi ấy, Ai Cập ở phía Tây Nam và A-si-ri ở phía Đông Bắc là hai siêu cường quốc. Y-sơ-ra-ên nằm trên con đường độc đạo nối hai siêu cường quốc đó. Lúc ấy các vua của A-si-ri bận rộn giải quyết bất ổn chính trị ở A-si-ri.[6] Vào thời kỳ này, đế quốc A-si-ri trải qua giai đoạn gần như vô chính phủ.[7] Vì vậy, họ không can thiệp vào Sy-ri và Y-sơ-ra-ên, nên Y-sơ-ra-ên tự do để mở rộng bờ cõi.[8]

Bối cảnh ở A-si-ri không những cho chúng ta biết lý do tại sao Giê-rô-bô-am II mở rộng bờ cõi của Y-sơ-ra-ên mà rất có thể còn cho chúng ta biết vì sao dân thành Ni-ni-ve sẵn sàng lắng nghe lời cảnh báo của tiên tri Giô-na. Bởi vì đế quốc A-si-ri đã suy yếu và đối mặt với những vấn đề nan giải như dịch bệnh, nghèo đói và bạo loạn, nên dân chúng có thể tự hỏi: Vì sao A-si-ri lại lâm vào tình cảnh khốn cùng đến thế?[9] Wiseman cho biết hiện tượng nhật thực đã xảy ra vào ngày 16 tháng 6 năm 763 (trong đời trị vì của Giê-rô-bô-am II). Theo suy nghĩ của người A-si-ri thời đó, nhật thực báo trước

[6]Christopher B. Hays và Peter Machinist, "Assyria and the Assyrians", trong *The World around the Old Testament: The People and Places of the Ancient Near East*, btv. Bill T. Arnold và Brent A. Strawn (Grand Rapids: Baker Academic, 2016), 46. Tuy nhiên, chúng ta phải nhớ rằng đất Y-sơ-ra-ên ngày xưa bao gồm 1–2% đất của A-si-ri (Daniel Timmer, "The Intertextual Israelite Jonah Face À L'empire: The Post-Colonial Significance of The Book's Cotexts and Purported Neo-Assyrian Context", *Journal of Hebrew Scriptures* 9 [2009]: 3). Có nghĩa là Y-sơ-ra-ên vẫn là nước nhỏ so với A-si-ri.

[7]Walton, "Jonah", 454.

[8]Iain W. Provan, V. Philips Long, và Tremper Longman, *A Biblical History of Israel*, pb. 1 (Louisville, KY: Westminster/John Knox, 2003), 269. Ai Cập cũng bất ổn và thiếu một vị vua mạnh mẽ có thể lãnh đạo một quân đội đủ mạnh để can thiệp vào Y-sơ-ra-ên (Joel M. LeMon, "Egypt and the Egyptians", trong *The World around the Old Testament: The People and Places of the Ancient Near East*, btv. Bill T. Arnold và Brent A. Strawn [Grand Rapids: Baker Academic, 2016], 184). Vì sách Giô-na tập trung vào thành Ni-ni-ve nên trong khuôn khổ của sách giải nghĩa này, chúng ta chỉ đề cập đến đế quốc A-si-ri.

[9]Youngblood, *Jonah*, 33.

việc vua bị phế truất hoặc bị giết chết.[10] Như vậy, việc A-si-ri suy yếu không những tạo cơ hội cho người Y-sơ-ra-ên mà còn tạo điều kiện cho người A-si-ri chú ý đến lời tiên tri của Giô-na.

Nhưng người Y-sơ-ra-ên nghĩ như thế nào về người A-si-ri? Trước thời của Giê-rô-bô-am II (trị vì năm 793–753 TC.), nước A-si-ri phát triển rất mạnh mẽ. Đế quốc Tân A-si-ri được hình thành bởi một số vua, nhưng Assurnasirpal II (cai trị năm 883–859 TC.) đã mở rộng vương quốc của mình về hướng Tây, đến sông Ơ-phơ-rát và nhận triều cống từ những nước nhỏ như Ty-rơ. Theo một số học giả, Assurnasirpal II là vị vua thực sự lập nên đế quốc Tân A-si-ri, một đế quốc tồn tại đến năm 612 TC.[11] Shalmaneser III là con trai của Assurnasirpal II. Ông tiếp tục mở rộng đế quốc A-si-ri, sử dụng vật triều cống, như sưu cao thuế nặng, để duy trì đế quốc và kiểm soát các nước nhỏ. Vào năm 853 TC., một số nước nhỏ nổi dậy chống lại Shalmaneser III. Vua A-háp của Y-sơ-ra-ên đã cùng một số nước nhỏ ở khu vực xung quanh Y-sơ-ra-ên chống lại quân đội A-si-ri tại Qarqar (ngày nay là Sy-ri).[12] Mặc dù Kinh thánh không đề cập đến sự kiện này, nhưng theo Shalmaneser III, A-háp đã đem 10,000 quân lính ra chiến trường. Shalmaneser III cũng khoe rằng ông đã đánh bại liên minh ấy và giết chết 14,000 quân lính, trong đó có quân lính của Y-sơ-ra-ên và của các nước khác.[13]

Dù có thể Shalmaneser III phóng đại về những thành tích quân sự của mình, nhưng chắc chắn người A-si-ri là kẻ thù của Y-sơ-ra-ên. A-si-ri là một siêu cường quốc, đe dọa và chiếm đánh bất cứ nước nào không chịu làm theo ý của họ.[14] Khi khai quật một đền thờ ở Balawat (gần Mosul, I-rắc), người ta tìm thấy hình bằng đồng trên cổng lớn của đền thờ mô tả sự kiện Shalmaneser III đánh chiếm thành Kulisi. Trên hình có nhiều bàn tay và bàn chân bị cắt lìa.[15] Những lời lẽ huênh hoang về bạo lực của người A-si-ri khiến họ "nổi tiếng" là kẻ thù khủng khiếp. Thế hệ Y-sơ-ra-ên trước và sau Giô-na và Giê-rô-bô-am II phải đối diện với kẻ thù hùng mạnh này. Vì vậy, khi Đức Chúa Trời kêu gọi tiên tri Giô-na đến thành Ni-ni-ve, thì không có gì ngạc nhiên khi ông không muốn đi. Rất có thể những người đầu tiên

---

[10] Donald J. Wiseman, "Jonah's Nineveh", *Tyndale Bulletin* 30 (1979): 46.

[11] Hays và Machinist, "Assyria and the Assyrians", 45.

[12] Hays và Machinist, "Assyria and the Assyrians", 45

[13] *COS* 2.113A.

[14] Họ sử dụng lời đe dọa để tránh trận chiến mà vẫn chinh phục các nước nhỏ cho nên họ bị mang tiếng ở Cận Đông Cổ là nước hung dữ (Timmer, "The Intertextual Israelite Jonah Face À L'empire", 6).

[15] Erika Bleibtreu, "Grisly Assyrian Record of Torture and Death", *Biblical Archaeology Review* 17, số ph. 1 (01/1991): 52–61, 75.

trong dân Y-sơ-ra-ên đọc sách này là những người có định kiến về người A-si-ri, cho rằng A-si-ri là nước áp đặt sưu cao thuế nặng và giết chết nhiều người không chịu đóng thuế. Sách Giô-na ngầm cho ta thấy định kiến này của Y-sơ-ra-ên thông qua thái độ của tiên tri Giô-na đối với A-si-ri. Vì thế, sách Giô-na là bài học cho cả dân sự Chúa. Để hiểu câu chuyện về Giô-na dạy dân sự Chúa điều gì, chúng ta cần tìm hiểu thêm hình thức văn chương của sách.

Nghiên cứu thêm: A-si-ri và Y-sơ-ra-ên Năm 722 TC.

Sau thời Giê-rô-bô-am II, đế quốc A-si-ri đã trở nên rất hùng mạnh (bắt đầu từ năm 745 TC.). Đế quốc A-si-ri tồn tại đến năm 612 TC. thì sụp đổ dưới tay người Ba-by-lôn.ᵃ Kinh Thánh nói nhiều về người A-si-ri trong thời kỳ này hơn so với thời kỳ của tiên tri Giô-na. Đối với người Y-sơ-ra-ên ở những thế hệ sau này, danh tiếng của A-si-ri chủ yếu liên hệ đến sự kiện xảy ra vào năm 722 TC. Lúc đó người A-si-ri đánh chiếm vương quốc phía Bắc của Y-sơ-ra-ên và đem nhiều người Y-sơ-ra-ên về làm phu tù (xem 1 Vua 17:6). Tiên tri Na-hum đã lên án người A-si-ri sau khi họ xâm lược Y-sơ-ra-ên (Na-hum 3). Na-hum 3:1 mô tả tội của thành Ni-ni-ve như sau:

> Khốn cho thành vấy máu!
> Nó đầy dẫy sự dối trá và cường bạo,
> Cướp bóc không thôi.

Sự kiện năm 722 TC. đã khắc ghi vào tâm khảm của người Y-sơ-ra-ên. Nếu sách Giô-na được viết vào thời hậu lưu đày, thì khi độc giả nguyên thủy nghe đến thành Ni-ni-ve, họ liền suy nghĩ đến bạo lực. Thành Ni-ni-ve nổi tiếng vì bạo lực, và người Y-sơ-ra-ên là một trong nhiều nước phải khốn đốn vì họ.

Tuy nhiên, theo một học giả khác, sự kiện năm 722 TC. đóng vai trò khác trong việc người Y-sơ-ra-ên tiếp cận sách Giô-na. Sách Giô-na có thể nói đến tình trạng lưu đày qua một số chi tiết trong sách, như:

- Việc Giô-na trốn khỏi sự hiện diện của Chúa (1:3, 10; so sánh việc Ca-in "lui *ra khỏi sự hiện diện* của Đức Giê-hô-va" trong Sáng 4:16)
- Việc các thủy thủ ném Giô-na xuống biển (1:15; so sánh cách Giê 16:13; 22:26, 28 mô tả người Giu-đa bị ném ra các nước)

- Kinh nghiệm của Giô-na từ dưới biển sâu, từ "bụng âm phủ" kêu cầu Chúa (2:4; so sánh Ê-sai 5:13–14)
- nói về âm phủ như là hình ảnh của tình trạng lưu đày)[b]

Vì chúng ta không biết chắc thời điểm sách Giô-na được viết ra, nên tôi không nói đây là ý mà tác giả muốn độc giả nguyên thủy của mình hiểu. Tuy nhiên, theo lịch sử tiếp cận sách Giô-na, thì sự kiện năm 722 TC. trở thành bối cảnh nằm trong tâm trí và cảm xúc của người Y-sơ-ra-ên. Đức Gia-vê bảo tiên tri Giô-na đến giảng cho những người đã đem người Y-sơ-ra-ên đi lưu đày.[c] Vì vậy, không có gì ngạc nhiên khi người Do Thái (người Y-sơ-ra-ên thời hậu lưu đày) ghét người Ni-ni-ve và ủng hộ tiên tri Giô-na khi ông trốn tránh sứ mạng rao giảng cho họ và nổi giận khi họ được tha thứ.

---

[a]Walter C. Kaiser, *A History of Israel: From the Bronze Age Through the Jewish Wars* (Nashville, TN: Broadman & Holman, 1998), 357, 490.

[b]David J. Downs, "The Specter of Exile in the Story of Jonah", *Horizons in Biblical Theology* 31 (2009): 27–44

[c]Downs, "The Specter of Exile in the Story of Jonah", 32

Hình thức văn chương

Giô-na là một trong những sách Cựu Ước dễ hiểu nhất. Sách nói đến một cuộc phiêu lưu, một vị anh hùng bất đắc dĩ và một kẻ thù làm đẹp lòng Chúa. Sách có chỗ khiến chúng ta cười, có chỗ khiến chúng ta ngạc nhiên. Dù ngắn, nhưng sách Giô-na phong phú về mặt văn chương.

Làm thế nào để hiểu sách Giô-na?

Sách Giô-na chủ yếu ở dạng chuyện kể: Giô-na 1:1–2:2 và 2:11–4:11 thuộc thể văn tường thuật, còn Giô-na 2:3–10 là một đoạn thơ. Trong phần này, chúng ta cùng tìm hiểu cách đọc và hiểu sách Giô-na.

Thể loại văn chương nói chung

Các học giả tranh cãi rất nhiều về thể loại văn chương của sách Giô-na.[16] Để nghiên cứu thêm về cuộc tranh cãi này, xem thêm trong **Phụ Lục: Thể loại Văn chương của Sách Giô-na**. Thay vì đi vào chi tiết, phần này sẽ tập

---

[16]Một học giả liệt kê 12 thể loại văn chương khác nhau mà các học giả dùng để mô tả sách Giô-na (Thomas M. Bolin, *Freedom Beyond Forgiveness: The Book of Jonah Re-Examined*, JSOTSup 236 [Sheffield: Sheffield Academic Press, 1997], 46).

trung vào ba điều tổng quát chúng ta cần phải biết để đọc và hiểu sách Giô-na. Sau đó, chúng ta tìm hiểu thêm về phần chuyện kể và thơ ca. Trước tiên, có ba điều chúng ta phải hiểu trước khi đọc.

Thứ nhất, sách Giô-na là sách tiên tri. Sách nằm trong 12 sách tiểu tiên tri, được đóng chung thành một cuộn trước thời của Ben Sirah vào thế kỷ 2 TC.[17] Trừ phần giới thiệu tên tác giả, sách Giô-na mở đầu giống như một số sách tiên tri khác với câu: "Có lời Đức Giê-hô-va phán cho Giô-na" (1:1; cũng xem 3:1). Thật ra, đây là một cụm từ thường xuất hiện trong các sách tiên tri (Ê-sai 38:4; Giê 1:2; Êxê 1:3, v.v...) và trong các chuyện kể lịch sử (Sáng 15:1; 2 Sa 7:4; 1 Vua 6:11, 17:2, v.v...). Ngoại trừ Sáng Thế Ký 15:1, 4 và 1 Các Vua 6:11 nói về việc Áp-ra-ham và vua Sa-lô-môn nhận được lời phán của Chúa, thì Kinh Thánh chỉ đề cập đến nhà tiên tri nhận được lời phán từ Chúa.

Mặc dù có nhắc đến nội dung sứ điệp tiên tri của Giô-na, nhưng sách Giô-na chủ yếu quan tâm đến hành động và thái độ của chính Giô-na sau khi nghe lời Chúa phán. Rõ ràng, đây là sách tiên tri đặc biệt vì trọng tâm của sách là nhà tiên tri, không phải là sứ điệp của nhà tiên tri.[18]

Tuy nhiên, sách Giô-na vẫn nhằm mục đích giáo huấn. Có hai lý do để chúng ta tin như vậy. *Thứ nhất*, sách có 14 câu hỏi, giống như một người thầy hỏi học trò vậy. Những câu hỏi của các thủy thủ khiến độc giả ở Y-sơ-ra-ên cảm thông với tiên tri Giô-na. Sau khi cảm thông với ông, độc giả cùng tiên tri Giô-na cũng lắng nghe câu hỏi của Đức Gia-vê ở cuối sách (4:11) như thể đó là câu hỏi dành cho mình. Tác giả không cho biết tiên tri Giô-na trả lời như thế nào. Vì kết thúc ở đó, nên tác giả muốn độc giả suy nghĩ về thái độ sai lầm của mình, như thể họ là tiên tri Giô-na vậy. *Thứ hai*, sách bao gồm một vài câu ngắn gọn tuyên bố chân lý về Đức Chúa Trời, như lời tuyên xưng đức tin trong Giô-na 1:9 và 4:2.[19] Rõ ràng sách Giô-na là sách dạy chúng ta về Chúa.

Thứ hai, sách Giô-na gắn liền với lịch sử của Y-sơ-ra-ên. Vì đề cập đến "Giô-na, con trai của A-mi-tai" (1:1; so sánh 2 Vua 14:25), nên bối cảnh của sách Giô-na là thời Giê-rô-bô-am II và tiên tri Giô-na sống vào thế kỷ

---

[17]Xem Huấn Ca 49:10. Huấn ca là một quyển sách khôn ngoan viết bởi một người Do Thái vào Thế kỷ 2 TC. Kinh thánh của Công giáo La Mã bao gồm quyển sách này. Mặc dù Tin Lành không chấp nhận Huấn Ca như là lời Chúa, nhưng sách đó vẫn có giá trị để tìm hiểu về sự hình thành Cựu Ước.

[18]*Stuart, Hosea-Jonah*, 431.

[19]Limburg, *Jonah*, 26.

8 TC.[20] Thành Ni-ni-ve đại diện cho đế quốc A-si-ri,[21] đế quốc đe dọa Y-sơ-ra-ên và Giu-đa vào thế kỷ 8 và 7 TC. Ngoài ra, hình thức của sách Giô-na cũng giống các sách lịch sử khác chẳng hạn như Sáng Thế Ký, Giô-suê hoặc Ê-xơ-tê.[22]

Thế nhưng tính lịch sử của sách Giô-na là một vấn đề gây tranh cãi giữa vòng các học giả. Quan điểm truyền thống của hội thánh qua các thời đại cho đến thế kỷ 20 cho rằng sách Giô-na là sách lịch sử, nói về sự kiện thực sự đã xảy ra.[23] Tuy nhiên, một số người nghi ngờ tính lịch sử của sách vì họ thấy một vài chi tiết trong sách khó tin. Trước khi đi vào chi tiết, chúng ta cần thừa nhận rằng sứ điệp của sách rất có quyền năng, dù sách kể lại lịch sử hay kể chuyện giả tưởng. Tuy nhiên, nếu các sự kiện được nói đến trong sách Giô-na thật đã xảy ra, thì sách gây ấn tượng mạnh mẽ hơn cho độc giả.[24]

Để hậu thuẫn tính lịch sử của sách Giô-na, chúng ta phải trả lời những nghi ngờ thường gặp. *Thứ nhất*, đối với nhiều người, việc con cá lớn nuốt Giô-na là sự kiện khó tin. Chúng ta có thể thông cảm với những người này vì đây là sự kiện vô cùng đặc biệt. Một số người trả lời rằng chúng ta có thể giải thích về con cá lớn theo một giả thuyết khoa học (xem thêm trong phần **Nghiên cứu thêm: Con cá lớn trong khoa học và lịch sử** ở trang 67). Tuy nhiên, đa số cho rằng đây là phép lạ. Nếu vậy, thì vấn đề căn bản nằm ở việc nghi ngờ phép lạ. Quan điểm cho rằng phép lạ không thể xảy ra là quan điểm rất chủ quan. Nếu phản đối phép lạ này trong sách Giô-na, thì cũng phải phản đối các phép lạ khác trong cả Kinh Thánh nữa.[25] Tuy nhiên, nếu chúng ta tin vào phép lạ và tin vào một Đức Chúa Trời sáng tạo trời và đất bằng lời phán, thì chúng ta có thể chấp nhận việc Chúa sử dụng một con cá lớn để giải cứu Giô-na.

---

[20] Mặc dù giới phê bình không chấp nhận tính lịch sử của sách, nhưng họ vẫn tin rằng bối cảnh của sách là thế kỷ 8 TC. là. Ví dụ: Limburg, *Jonah*, 28.

[21] Vào thời của Giô-na, thành Ni-ni-ve không phải là thủ đô của A-si-ri, mà là Kalhu, nhưng thành Ni-ni-ve vẫn là một thành phố quan trọng của đế quốc A-si-ri (Youngblood, *Jonah*, 53–54).

[22] Phần lớn sách Giô-na đi theo mô hình của sách lịch sử bằng cách sử dụng động từ *wayiqtol*, và nội dung cũng gần giống như nội dung về tiên tri Ê-li và Ê-li-sê (Youngblood, *Jonah*, 36–37). Ngoài ra, bảy sách khác trong Cựu Ước bắt đầu với động từ וַיְהִי bao gồm Giô-suê, Các Quan Xét, Ru-tơ, 1 Sa-mu-ên, 2 Sa-mu-ên, Ê-xơ-tê, và Nê-hê-mi (Limburg, *Jonah*, 22).

[23] Wiseman, Alexander, và Waltke, *Obadiah, Jonah and Micah*, 81.

[24] Stuart, *Hosea-Jonah*, 440.

[25] Stuart, *Hosea-Jonah*, 440.

Lý do thứ hai khiến một số người nghi ngờ tính lịch sử của sách Giô-na là vì Giô-na 3:3 mô tả Ni-ni-ve là một thành rất lớn, mất ba ngày mới đi hết. Nếu cho rằng trong một ngày, một người sống thời Cận Đông Cổ có thể đi bộ khoảng 32 km,[26] thì có nghĩa là câu này có ý nói thành Ni-ni-ve rộng khoảng 96 km. Đây là con số không thể chấp nhận,[27] nhất là theo các nhà khảo cổ học, chiều rộng của thành Ni-ni-ve không quá 5 km.[28] Nhưng có lẽ câu này không nói về chiều rộng hoặc chu vi tuyệt đối của thành Ni-ni-ve. Ngược lại, tác giả muốn nói về thời gian cần thiết để đi đến (một ngày), tham quan (một ngày), và đi về (một ngày), hoặc tác giả muốn nói chung một khu vực bao gồm trung tâm thành Ni-ni-ve và các thành xung quanh,[29] giống như Phố Cổ ở Hà Nội và cả thành phố Hà Nội vậy. Hoặc cũng có thể nói về thời gian cần thiết để đi khắp nơi trong thành để rao giảng sứ điệp của Chúa.[30] Vì vậy, đây không phải là lý do để nghi ngờ tính lịch sử của sách Giô-na. Vấn đề là chúng ta phải hiểu đúng tinh thần của tác giả.

Thứ ba, và rất có thể là lý do quan trọng nhất,[31] là sự ăn năn của dân thành Ni-ni-ve. Làm thế nào một nhà tiên tri từ một nước nhỏ có thể đến đế quốc mạnh mẽ nhất ở khu vực đó thuyết phục họ ăn năn? Việc đó giống như một người quê ở Cam-pu-chia đến Bắc Kinh thuyết phục người Bắc Kinh ăn năn, tin Chúa. Đó là phép lạ lớn nhất của sách Giô-na. Ngoài ra, không có tài liệu nào của người A-si-ri kể về một sự kiện như thế.[32] Vì phép lạ này, nhiều học giả cho rằng sách Giô-na là một truyện giả tưởng. Tuy nhiên, việc thiếu chứng cứ không phải là bằng chứng chứng tỏ sự kiện này không xảy ra. Và tình hình chính trị của đế quốc A-si-ri vào thời của tiên tri Giô-na rất có thể tạo điều kiện cho sự kiện này xảy ra. Ví dụ, có những bản văn cổ mô tả những chuyên gia chính trị, y tế hoặc tôn giáo từ các nước khác đến để tư vấn cho vua ở A-si-ri. Và chuyện vua thành Ni-ni-ve nghe được sứ điệp của tiên tri Giô-na có thể ngụ ý rằng tiên tri Giô-na đã đến rao giảng cho vua.[33] Ngoài ra, người A-si-ri quan tâm đến những điềm báo, như nhật thực chẳng hạn, tiên báo rằng chế độ chính trị hiện tại có thể sụp đổ. Vào năm 763 TC.,

---

[26]Wiseman, Alexander, và Waltke, *Obadiah, Jonah and Micah*, 61.

[27]Ngày nay, thành phố New York là thành phố lớn nhất trên thế giới ("Demographia World Urban Areas, 14th Annual Edition" [Demographia, 04/2018], 6, truy cập ngày 28/08/2018, http://demographia.com/db-worldua.pdf), và một người muốn đi từ phía tây nam đến phía bắc thành phố New York phải đi khoảng 85 km.

[28]Wiseman, "Jonah's Nineveh", 37

[29]Wiseman, "Jonah's Nineveh", 38.

[30]John H. Walton, Victor H. Matthews, và Mark W. Chavalas, *The IVP Bible Background Commentary: Old Testament* (Downers Grove, IL: InterVarsity, 2000), Jonah 3:3.

[31]Simon, *Jonah*, xvi.

[32]Simon, *Jonah*, xvii

[33]Wiseman, "Jonah's Nineveh", 43–44.

hiện tượng nhật thực đã xảy ra.[34] Vì vậy, rất có thể người A-si-ri được chuẩn bị bởi sự kiện đó, và họ sẵn lòng ăn năn khi tiên tri Giô-na đến rao giảng.[35]

Nhiều học giả nghi ngờ tính lịch sử của các phép lạ trong sách Giô-na. Tuy nhiên, một lý do để tin vào tính lịch sử của các phép lạ là sách Giô-na kể lại sự kiện một cách đơn giản, không nhiều chi tiết hoặc vẽ vời thêm như truyện thần thoại.[36] Chúng ta cũng nên nắm rõ thể loại văn chương. Tác giả đã viết nên một câu chuyện rất hay và sáng tạo. Không nhất thiết là tác giả định viết về Giô-na trong tư cách một nhà báo theo quan điểm khách quan và chính xác về mặt khoa học.[37] Ngược lại, tác giả viết sao cho chúng ta kinh nghiệm cùng Giô-na những phép lạ trong sách. Chúng ta nên hiểu rằng sách tiên tri kể một câu chuyện có thật, dù có sự sáng tạo trong đó.[38]

Lý do cuối cùng để cho rằng sách Giô-na mang tính lịch sử đó là: Có vẻ như Chúa Giê-xu tin rằng phép lạ con cá lớn nuốt Giô-na và dân thành Ni-ni-ve ăn năn là sự kiện thật sự đã xảy ra (Mat 12:39–41; Lu 11:29–32).

Sách Giô-na là câu chuyện chứa nhiều chi tiết hài hước và bất ngờ. Từ việc vị tiên tri này chạy trốn sự hiện diện của Đức Gia-vê bằng cách xuống tàu cho đến việc con sâu làm cho dây dưa chết đi, sách Giô-na đầy những sự kiện bất ngờ, khiến chúng ta bật cười. Giô-na là một nhân vật khôi hài. Ông là tiên tri nhưng lại không muốn nói tiên tri (ch. 1). Và khi ông đã nói tiên tri và trở thành nhà tiên tri thành công nhất trong lịch sử Y-sơ-ra-ên,[39] thì ông lại nổi giận (ch. 4). Rất có thể tác giả muốn chúng ta cười vị tiên tri này để, sau khi cười, chúng ta sẽ sẵn sàng tiếp nhận thông điệp phê bình những quan điểm và thái độ sai lầm của chúng ta hơn, một phần là vì chúng ta đồng cảm với tiên tri Giô-na.[40]

Sách Giô-na bao gồm phần tường thuật và phần thơ ca. Chúng ta tiếp tục nghiên cứu hai văn thể này.

---

[34]Wiseman, "Jonah's Nineveh", 45–46.

[35]Stuart, *Hosea-Jonah*, 491.

[36]T. Desmond Alexander, "Jonah and Genre", *Tyndale Bulletin* 36 (1985): 49.

[37]Walton, "Jonah", 458.

[38]Walton, "Jonah", 463.

[39]John A. Miles, "Laughing at the Bible: Jonah as Parody", *The Jewish Quarterly Review* 65, số ph. 3 (1975): 177. Chú ý: Miles không tin rằng sách Giô-na nói về lịch sử. Ông cho rằng sách Giô-na là câu chuyện châm biếm nhằm phê bình các nhà tiên tri và tài liệu tiên tri trong Kinh Thánh ("Laughing at the Bible", 170).

[40]Mona West, "Irony in the Book of Jonah: Audience Identification with the Hero", *Perspectives in Religious Studies* 11, số ph. 3 (1984): 241.

Phần Tường Thuật

Sách Giô-na bao gồm có một câu chuyện và một vài nhân vật đáng nhớ. Trong phần này chúng ta tìm hiểu sơ lược về cốt truyện và nhân vật.

Cốt truyện (diễn tiến của một câu chuyện) bao gồm mâu thuẫn cần giải quyết. Khi đọc một câu chuyện, câu hỏi đầu tiên của chúng ta là: "Có mâu thuẫn nào khiến độc giả hồi hộp không?"[41] Có hai mâu thuẫn trong sách Giô-na. Thứ nhất, Giô-na không vâng phục Chúa. Thứ hai, Giô-na không vui về tình yêu mà Chúa dành cho dân thành Ni-ni-ve.[42] Việc Giô-na không vâng phục vì thiếu tình yêu cho thấy ông không chấp nhận việc Chúa yêu dân thành Ni-ni-ve (4:2–3). Vì vậy, mâu thuẫn chính của sách chính là cái nhìn phiến diện của Giô-na về lòng thương xót và tình yêu của Chúa.[43] Cả câu chuyện hướng đến bài học trong chương 4, rằng Đức Gia-vê yêu thương kẻ thù của Ngài, nhưng sách Giô-na chia câu chuyện thành hai phần.

Thứ nhất, trong chương 1–2, tiên tri Giô-na học biết rằng Chúa là Đấng Cứu Chuộc những ai kêu cầu Ngài. Sau khi nhận được lời tiên tri cảnh báo thành Ni-ni-ve, Giô-na không vâng lời Đức Chúa Trời. Việc Giô-na không vâng lời là mâu thuẫn thứ nhất. Chúa sẽ làm gì đối với vị tiên tri không vâng phục này? Chúa đã làm hai việc. Trước hết, trong chương 1, Ngài đưa Giô-na vào tình huống nguy hiểm, có thể mất mạng giữa biển khơi. Nhưng sau đó, khi các thủy thủ ném Giô-na xuống, Chúa đã giải cứu họ. Rồi Giô-na chìm xuống biển, và trong chương 2 Giô-na được một con cá lớn nuốt. Từ trong bụng cá, Giô-na mô tả bài học ông rút ra trong Giô-na 2:11: "Sự cứu đến từ Đức Giê-hô-va!" Việc Giô-na không vâng lời được giải

---

[41] Leland Ryken, *Words of Delight: A Literary Introduction to the Bible*, pb. 2 (Grand Rapids: Baker, 1992), 62.

[42] Dĩ nhiên, có hai mâu thuẫn phụ, bao gồm liệu các thủy thủ và người thành Ni-ni-ve sẽ sống sót.

[43] Berlin xác định đúng Giô-na 4:2 là câu chìa khóa của sách Giô-na ("Rejoinder to John A Miles, Jr, with Some Observations on the Nature of Prophecy", *The Jewish Quarterly Review* 66, số ph. 4 [1976]: 227–28). Thế nhưng bà cho rằng vấn đề chính là bản chất của lời tiên tri và vấn đề lời tiên tri không được ứng nghiệm, có nghĩa là tiên tri Giô-na có thể bị lên án như một tiên tri giả ("Rejoinder to John A Miles, Jr, with Some Observations on the Nature of Prophecy", 230–31). Tuy nhiên, quan điểm của bà bỏ qua vấn đề thần học mà tiên tri Giô-na nêu lên. Có thể một phần là tiên tri Giô-na không vui vì điều ông nói tiên tri cho người thành Ni-ni-ve không xảy ra. Nhưng, nếu đó là vấn đề, thì vì sao tác giả không nói đến điều đó? Vấn đề lòng thương xót của Đức Chúa Trời được tác giả nêu lên cho nên đó là vấn đề chính. Childs cũng đồng ý, nhất là lời cầu nguyện trong ch. 2 so sánh với ch. 4 cho thấy vấn đề là phạm vi lòng thương xót của Chúa. Tiên tri Giô-na muốn lòng thương xót của Chúa chỉ dành cho mình, chứ không phải cho người thành Ni-ni-ve (Brevard S. Childs, "Canonical Shape of the Book of Jonah", trong *Biblical and Near Eastern Studies: Essays in Honor of William Sanford LaSor* [Grand Rapids: Eerdmans, 1978], 125).

quyết khi Chúa phạt Giô-na và giải cứu ông, cho ông thấy rằng sự cứu rỗi đến từ Ngài.

Thứ hai, trong chương 3–4, tiên tri Giô-na học biết rằng Chúa là Đấng yêu thương kẻ thù của Ngài. Lần thứ hai Chúa kêu gọi Giô-na đến thành Ni-ni-ve giảng, ông vâng lời Chúa và đi. Tuy nhiên, Giô-na vẫn không vui vẻ về sứ mạng Chúa giao cho ông.[44] Khi dân thành Ni-ni-ve ăn năn, thì Giô-na lại nổi giận. Qua đó, chúng ta nhận biết mâu thuẫn chính của sách là quan điểm sai lầm của Giô-na về tình yêu của Chúa. Chương 4 kể lại cuộc đối thoại giữa Giô-na và Đức Chúa Trời. Cuộc đối thoại kết thúc bằng câu hỏi trong Giô-na 4:10–11, nhấn mạnh Chúa đã đúng khi thương xót dân thành Ni-ni-ve. Sách Giô-na không cho biết tiên tri Giô-na có ăn năn và chấp nhận tình yêu thương của Chúa hay không. Thế nhưng, sách kết thúc với câu hỏi dành cho độc giả: *Chúng ta có chấp nhận tình yêu của Chúa không?*

Sách Giô-na có hai nhân vật chính và hai tuyến nhân vật phụ. Nhân vật chính là Đức Chúa Trời và Giô-na. Đức Chúa Trời là Đấng hướng dẫn, đoán phạt, và giải cứu. Có thể nói Ngài là vị anh hùng thật sự của câu chuyện,[45] vì Ngài tể trị dòng lịch sử và giải cứu tội nhân.

Tuy nhiên, đối với độc giả, nhân vật thú vị lại là Giô-na. Ông là người dám chống lại Đấng "đã làm nên biển và đất khô" (1:9). Ông không vâng phục, nhưng sau đó nhận biết sự cứu rỗi đến từ Đức Gia-vê. Ông cũng nổi giận với Chúa khi Ngài tỏ lòng thương xót đối với dân thành Ni-ni-ve. Vì vậy, Giô-na là một nhân vật phức tạp. Chúng ta thông cảm với ông khi ông không muốn giảng cho dân thành Ni-ni-ve (vì ai muốn giảng sứ điệp phán xét cho kẻ thù hùng mạnh đã đe dọa dân tộc mình đâu!).[46] Tuy nhiên, khi ngồi bên ngoài thành Ni-ni-ve, ông lại nổi giận với Chúa khi cái chòi làm bóng mát cho ông bị khô đi. Nói chung, Giô-na là nhân vật khó chiều, không bằng lòng với tình yêu của Chúa.

So sánh nhân vật là một thủ pháp hữu ích khi giải nghĩa chuyện kể trong Cựu Ước.[47] Hai tuyến nhân vật phụ cũng rất thú vị khi chúng ta so sánh họ

---

[44] Cũng xem Childs, "Canonical Shape of the Book of Jonah", 124.

[45] Patrick D. Miller, " 'Slow to Anger': The God of the Prophets", trong *The Forgotten God: Perspectives in Biblical Theology*, btv. A. Andrew Das và Frank J. Matera (Louisville, KY: Westminster John Knox, 2002), 53.

[46] Các nhân vật trong Kinh Thánh thường thú vị đối với chúng ta vì chúng ta thông cảm với những niềm vui và nỗi buồn của họ như là niềm vui và nỗi buồn của chúng ta (Shimon Bar-Efrat, *Narrative Art in the Bible* [London: T&T Clark International, 2004], 46).

[47] Adele Berlin, *Poetics and Interpretation of Biblical Narrative*, Bible and Literature Series 9 (Sheffield: Almond, 1983), 38, 40.

với Giô-na.[48] Cả hai tuyến đều không phải là người Y-sơ-ra-ên. Thứ nhất, các thủy thủ trong chương 1 là những người thờ nhiều thần khác nhau. Khi gặp hiểm nguy trên biển, họ kêu cầu các thần của mình (1:5). Thế nhưng, khi họ biết Giô-na là người chống lại ý muốn của Đấng Tạo Hóa, họ lại bày tỏ thái độ còn đúng đắn hơn cả Giô-na. Mặc dù Giô-na là nguyên nhân khiến họ phải ném hàng hóa xuống biển và có nguy cơ bị chết đuối, nhưng các thủy thủ không muốn Giô-na phải chết, cho nên họ cố gắng chèo vào bờ (1:13).[49] Họ bày tỏ tấm lòng kính sợ Chúa khi họ phải ném ông xuống biển (1:14), và họ được giải cứu khỏi tình trạng nguy hiểm (1:15). Cuối cùng họ dâng của lễ cho Đức Gia-vê (1:16). Rốt cuộc, những thủy thủ này lại kính sợ Chúa hơn cả tiên tri Giô-na.

Dân thành Ni-ni-ve cũng là dân ngoại. Họ là kẻ thù của người Y-sơ-ra-rên. Tuy nhiên, khi họ nghe được sứ điệp phán xét của Chúa, ngay lập tức họ ăn năn và kiêng ăn (3:5). Đại diện cho dân thành, vua thành Ni-ni-ve đã kêu gọi họ ăn năn (3:8–9). Không có gì bảo đảm rằng Đức Gia-vê sẽ nhậm lời cầu xin của họ. Nhưng họ trông đợi vào sự thương xót của Ngài và cầu nguyện. Dân thành Ni-ni-ve hiểu lòng yêu thương của Chúa hơn cả Giô-na.

Cuối cùng là quan điểm của tác giả. Trong sách Giô-na, tác giả gần như không nói rõ quan điểm của mình. Ngược lại, ông bày tỏ quan điểm ấy bằng cách chọn điều ông muốn bày tỏ và cách ông bày tỏ chúng ra.[50] Sách Giô-na không có câu nào đánh giá nhân vật Giô-na. Tuy nhiên, quan điểm của tác giả thể hiện rất rõ qua các sự kiện và lời nói của các nhân vật: tác giả đánh giá thấp thái độ của Giô-na nhưng ủng hộ thái độ của các thủy thủ và của dân thành Ni-ni-ve. Quan trọng hơn cả, lời Chúa chính là lời kết lại sách (4:10–11), nhấn mạnh rằng bài học về lòng thương xót của Chúa mà chúng ta rút ra (4:2) là đúng.

---

[48]Cũng xem David F. Payne, "Jonah from the Perspective of Its Audience", *Journal for the Study of the Old Testament* 13 (1979): 9.

[49]Rất có thể họ không muốn ném Giô-na xuống biển chỉ vì họ sợ làm xúc phạm một Thần vĩ đại có thể phạt họ (Payne, "Jonah from the Perspective of Its Audience", 9). Tuy nhiên, việc họ không muốn làm đổ máu vô tội là điều đáng khen và điều đó bày tỏ thái độ kính sợ Chúa hơn so với tiên tri Giô-na vì họ đã dâng tế lễ và hứa nguyện trong Giô-na 1:16 (James S. Ackerman, "Satire and Symbolism in the Song of Jonah", trong *Traditions in Transformation: Turning Points in Biblical Faith*, btv. Baruch Halpern và Jon D. Levenson [Winona Lake, IN: Eisenbrauns, 1981], 224).

[50]Bar-Efrat, *Narrative Art in the Bible*, 16.

Phần Thơ Ca

Từ bụng cá, Giô-na kêu cầu cùng Chúa bằng một bài thơ. Hình thức của bài thơ này cũng giống các thi thiên.[51] Việc một bài thơ xuất hiện trong phần chuyện kể có thể nhằm mục đích khích lệ người đọc cùng vui mừng với tác giả của bài thơ (ví dụ: Xuất 15; Quan 5).[52]

Thể loại văn chương cụ thể của bài thơ này là thi thiên cảm tạ,[53] có nghĩa là thi thiên này cảm tạ Chúa vì Ngài đã giải cứu tác giả ra khỏi một hoàn cảnh cụ thể.[54] Chúng ta sẽ cùng nghiên cứu cấu trúc và tính hình ảnh của bài thơ này trong phần giải nghĩa. Ở đây chúng ta tìm hiểu mục đích của tác giả. Trong bài thơ này, tác giả có bốn mục tiêu khác nhau:

1. Kể lại việc ông kêu cầu Chúa (2:3[2], 8[7])[55]
2. Mô tả tình trạng khốn khổ nơi vực sâu (2:4[3], 6[5])
3. Hứa nguyện và ngợi khen (2:5[4], 10[9])
4. Công bố sự cứu đến từ Đức Gia-vê (2:10[9]).

Tất cả các phần này nhằm làm chứng về kinh nghiệm của ông với Chúa, có lẽ là nhằm đến cộng đồng để họ học hỏi và làm theo.[56] Về hình thức, Giô-na đang cầu nguyện với Chúa vì ông xưng mình là "con" và chuyện trò với Ngài. Ví dụ, câu 4[3] bắt đầu "Ngài đã ném con".[57] Ông nói với Chúa, nhưng thật ra ông muốn làm chứng cho cộng đồng. Trong câu 9[8], Giô-na so sánh

---

[51] Việc tác giả thêm bài thơ vào chuyện kể không phải là việc khác thường. 1–2 Sa-mu-ên có bài thi thiên ở đầu sách (1 Sa 2:1–10) và cuối sách (2 Sa 22:2–51; 23:1–7). Ngoài ra, tài liệu của các dân tộc khác thuộc vùng Cận Đông Cổ cũng cho thấy có bài thơ hoặc bài cầu nguyện trong chuyện kể, nhất là tài liệu của Ai Cập (James W. Watts, "Song and the Ancient Reader", *Perspectives in Religious Studies* 22 [1995]: 135–38).

[52] Watts, "Song and the Ancient Reader", 139.

[53] Frank Moore Cross, "Studies in the Structure of Hebrew Verse: The Prosody of the Psalm of Jonah", trong *The Quest for the Kingdom of God: Studies in Honor of George E. Mendenhall*, btv. H.B. Huffmon, F.A. Spina, và A.R.W. Green (Winona Lake, IN: Eisenbrauns, 1983), 159.

[54] Claus Westermann, *Praise and Lament in the Psalms*, bd. Keith R. Crim và Richard M. Soulen (Atlanta, GA: John Knox Press, 1981), 31. Theo Miles, tác giả châm biếm thi thiên cảm tạ qua thi thiên của Giô-na 2 ("Laughing at the Bible", 173). Tuy nhiên, một cách giải nghĩa đúng hơn là nhận biết sự nghịch lý trong lời cầu nguyện của Giô-na. Ông cảm tạ Chúa vì Ngài giải cứu ông. Thế nhưng, ông nổi giận khi Chúa giải cứu người thành Ni-ni-ve (ch. 4). Qua đó chúng ta thấy mâu thuẫn giữa hành động của tiên tri Giô-na và những điều ông nói về Chúa như trong Giô-na 1:9 và 4:2 (West, "Irony in the Book of Jonah", 237).

[55] Trong nguyên văn và các bản dịch tiếng Việt, câu 2 giống như câu 1 trong bản dịch tiếng Anh. Vì vậy, chúng tôi thêm câu trong nguyên văn trong dấu ngoặc: "[]" cho người muốn tham khảo bản dịch tiếng Anh.

[56] Thi thiên cảm tạ thường được viết cho cộng đồng (Limburg, *Jonah*, 65).

[57] Trong nguyên văn, "Ngài" là ngôi 2, tức là Giô-na nói cho Đức Gia-vê nghe (וַתַּשְׁלִיכֵנִי).

Cấu trúc theo Nhân vật

Màn 1	**Màn 2**
Cảnh 1: Giô-na và Đức Gia-vê (1:1–3)	Cảnh 1: Giô-na và Đức Gia-vê (3:1–3)
Cảnh 2: Giô-na, các thủy thủ trên biển, và Đức Gia-vê (1:4–16)	Cảnh 2: Giô-na, dân thành Ni-ni-ve, và Đức Gia-vê (3:4–10)
Cảnh 3: Giô-na và Đức Gia-vê (2:1–11)	Cảnh 3: Giô-na và Đức Gia-vê (4:1–11)

mình với "những kẻ chăm sự hư không giả dối". Qua đó chúng ta biết rằng Giô-na muốn thuyết phục người khác không nên nhờ cậy vào hình tượng, là thứ hư không giả dối. Câu tiếp theo (2:10[9]) ông tuyên bố nguồn của sự cứu rỗi thật, đó là Đức Gia-vê. Câu này là cao trào và là sứ điệp chính của bài thơ.

Cấu trúc của sách

Tác giả trình bày câu chuyện về tiên tri Giô-na như một vở kịch có hai màn. Trong một vở kịch, một màn có thể có nhiều cảnh khác nhau. Sách Giô-na cũng vậy. Sách gồm 2 màn, và mỗi màn có ba cảnh song song với nhau.[58] Một trong những điều chúng ta nhìn thấy đó là ba cảnh đối xứng nhau theo sự thay đổi về nhân vật. Trong cảnh 1, chỉ có tiên tri Giô-na và Đức Gia-vê. Cảnh 2 có tiên tri Giô-na, những người ngoại quốc và Đức Gia-vê. Cảnh 3, một lần nữa, chỉ có tiên tri Giô-na và Đức Gia-vê.[59] Chúng ta có thể hiểu cấu trúc này theo biểu đồ **Cấu Trúc theo Nhân vật**.

Cảnh 1 bắt đầu bằng lời Chúa phán với Giô-na:[60]

Có lời Đức Giê-hô-va phán cho Giô-na con trai A-mi-tai: "Con hãy trỗi dậy, đi đến thành lớn Ni-ni-ve và tố cáo nó vì tội ác chúng đã lên thấu trước mặt Ta." (Giô-na 1:1–2)

Lại có lời Đức Giê-hô-va phán với Giô-na lần thứ hai rằng: "Con hãy trỗi dậy, đi đến thành lớn Ni-ni-ve và rao cho nó lời Ta đã phán dạy con." (Giô-na 3:1–2)

---

[58]R. E. Longacre và S. J. J. Hwang, "A Textlinguistic Approach to the Biblical Hebrew Narrative of Jonah", trong *Biblical Hebrew and Discourse Linguistics*, btv. R. D. Bergen (Dallas: Summer Institute of Linguistics, 1994), 340–42.

[59]Youngblood, *Jonah*, 39.

[60]Longacre và Hwang, "A Textlinguistic Approach to the Biblical Hebrew Narrative of Jonah", 340; và đa số các sách giải nghĩa.

Cảnh 1 ở cả 2 màn đều nhấn mạnh tầm quan trọng của lời Chúa trong câu chuyện, yếu tố khiến tiên tri Giô-na phải hành động. Cả hai lần ông đều "đứng dậy", hoặc để không làm theo (1:3) hoặc để làm theo (3:3).[61]

Cảnh 2 giới thiệu vị thuyền trưởng, là người đại diện cho các thủy thủ (1:6), còn vua thành Ni-ni-ve đại diện cho dân thành Ni-ni-ve (3:6–9). Qua đó tác giả so sánh hai tuyến nhân vật ngoại quốc này với nhau.[62] Trong cảnh 2, những người ngoại quốc kêu cầu Đức Gia-vê (1:14; 3:8) và được giải thoát (1:16; 3:10).[63]

Cảnh 3 là lời cầu nguyện với Chúa của Giô-na và câu trả lời của Chúa (2:1–11; 4:1–11).[64] Lời cầu nguyện và câu trả lời đối xứng nhau để nhấn mạnh sứ điệp của sách, đó là tình yêu thương sâu rộng của Chúa.[65] Trong chương 2, lời cầu nguyện của Giô-na lên đến cao trào ở câu 10 khi ông tuyên bố một chân lý phổ quát:

> "Sự cứu đến từ Đức Giê-hô-va!" (2:10)

Dĩ nhiên Giô-na vui mừng vì sự thương xót và ân điển của Chúa dành cho ông. Nhưng không chỉ người Y-sơ-ra-ên được giải cứu mà cả những thủy thủ ngoại quốc cũng được giải cứu nữa. Chân lý phổ thông mà Giô-na công bố trong Giô-na 2:10 cũng được áp dụng cho dân thành Ni-ni-ve trong chương 3 khi họ ăn năn và thoát khỏi tai họa mà Chúa đã công bố qua tiên tri Giô-na. Sau đó trong chương 4 tiên tri Giô-na phản ứng trước sự giải cứu của Chúa một cách hoàn toàn khác với chương 2. Lần này ông phản đối, và Chúa phải chỉ cho Giô-na thấy một góc nhìn khác (4:10–11)

Tôi xin trình bày bố cục sách Giô-na như sau:[66]

---

[61]Phyllis Trible, *Rhetorical Criticism: Context, Method, and the Book of Jonah* (Philadelphia: Fortress, 1994), 111. Xem thêm trong ghi chú. Trong nguyên văn, hai câu này bắt đầu với động từ có nghĩa là "đứng dậy" (‏וַיָּ֫קָם‎).

[62]Trible, *Rhetorical Criticism*, 113.

[63]Trible, *Rhetorical Criticism*, 110–11.

[64]Ernst R. Wendland, "Text Analysis and the Genre of Jonah (Part 2)", *Journal of the Evangelical Theological Society* 39 (1996): 384

[65]Childs, "Canonical Shape of the Book of Jonah", 125

[66]Youngblood cho rằng chương 4 được chia thành hai phần, Giô-na 4:1–4 và 4:5–11. Theo ông, Giô-na 4:1–4 là sự kiện đỉnh điểm, còn Giô-na 4:5–11 là sự kiện sau đỉnh điểm (Youngblood, *Jonah*, 38). Một trong những lý do ông chia chương 4 như thế là vì bối cảnh thay đổi trong câu 5, từ thành Ni-ni-ve ra ngoài thành. Tuy nhiên, cách phân chia này dựa trên một bài viết của Wendland ("Text Analysis and the Genre of Jonah (Part 2)", 374). Có ít nhất ba lý do chúng ta nên hiểu chương 4 như một sự kiện đối xứng với chương 2. Thứ nhất, trong cùng bài của ông, Wendland cho thấy cả chương 1 là cấu trúc đối xứng: A - Trình bày vấn đề (Giô-na 4:1–2); B - Lời cầu xin của Giô-na và câu hỏi của Chúa (Giô-na

I. Bài học 1: Chúa là Đấng giải cứu những ai kêu cầu Ngài (1:1–2:11).

  A. Cảnh 1: Giô-na nhận mệnh lệnh của Chúa nhưng không vâng lời (1:1–3).

  B. Cảnh 2: Giô-na gặp tai họa trên biển khi chạy trốn sứ mạng Chúa giao cho ông, và Chúa giải cứu các thủy thủ (1:4–16).

  C. Cảnh 3: Chúa giải cứu Giô-na ra khỏi biển khơi, Giô-na cảm tạ Chúa (2:1–11).

II. Bài học 2: Chúa là Đấng yêu thương kẻ thù của Ngài (3:1–4:11).

  A. Cảnh 1: Giô-na nhận lệnh từ Chúa và vâng lời Chúa (3:1–3).

  B. Cảnh 2: Giô-na lên án dân thành Ni-ni-ve, họ ăn năn và được giải cứu (3:4–10).

  C. Cảnh 3: Giô-na giận dữ vì dân thành Ni-ni-ve được giải cứu, và Chúa sửa lại thái độ của ông (4:1–11).

Sứ điệp thần học

Giô-na là sách tiên tri đặc biệt vì sách kể câu chuyện một vị tiên tri chạy trốn sứ mạng của Chúa. Tiên tri Giô-na trốn tránh sự hiện diện của Đấng tạo dựng nên biển và đất khô (1:9) và dám tranh cãi với Đấng ấy. Trong khi chúng ta cười về những thất bại của Giô-na khi dám cãi lại Chúa, chúng ta lại học được một số chủ đề thần học sâu sắc. Vấn đề chính của sách Giô-na là những điều sách nói về Đức Chúa Trời.[67]

Những chủ đề chính

Lời Chúa

Trong sách Giô-na, lời Chúa rất quan trọng, không những cho tiên tri Giô-na mà còn cho những người ngoại quốc.

Lời Chúa đến với tiên tri Giô-na trong Giô-na 1:1–2 và 3:1–2. Cả hai lần Chúa đều bắt đầu bằng câu: "Con hãy trỗi dậy" và bảo Giô-na công bố lời

---

4:3–4); C - Chúa chu cấp dây dưa cho Giô-na (Giô-na 4:5–6); C' - Chúa phạt Giô-na qua con sâu (Giô-na 4:7–8a); B' - Lời cầu xin của Giô-na và câu hỏi của Chúa (Giô-na 4:8b–9); A' - Giải pháp cho nan đề (Giô-na 4:10–11). Có nghĩa là chương 4 là một đơn vị văn chương được thiết kế chặt chẽ. Thứ hai, yếu tố làm cho chương 4 trở thành một đơn vị thống nhất là cuộc đối thoại giữa tiên tri Giô-na và Đức Gia-vê, gồm ba câu hỏi của Đức Gia-vê trong Giô-na 4:4, 9, và 11. Thứ ba, trong cả hai chương 2 và chương 4, Đức Gia-vê đều sử dụng con vật (chương 2 là con cá lớn, và chương 4 là dây dưa và con sâu).

[67]John H. Walton, "The Object Lesson of Jonah 4:5–7 and the Purpose of the Book of Jonah", *Bulletin for Biblical Research* 2 (1992): 51.

Chúa cho dân thành Ni-ni-ve. Mặc dù Giô-na tìm mọi cách trốn tránh sứ mạng này, nhưng cuối cùng ông vẫn phải rao truyền sứ điệp của Chúa (3:4). Vì sao Chúa không trực tiếp hiện ra với dân thành Ni-ni-ve? Rất có thể nguyên do nằm ở tầm quan trọng của công tác rao giảng lời Chúa của con người. Con dân Chúa không thể bỏ bê công tác truyền giáo vì đó là phương cách Chúa chọn để mở mang vương quốc của Ngài.[68]

Tiên tri Giô-na chỉ rao truyền một sứ điệp ngắn gọn trong 3:4. Tuy nhiên, lời Chúa mang lại kết quả rõ ràng. Dân thành Ni-ni-ve, trong đó có cả vua của họ, ăn năn ngay. Vị vua này không biết liệu Chúa có thương xót mình hay không, nhưng ông kêu gọi toàn bộ dân thành kiêng ăn và mặc vải sô để bày tỏ thái độ ăn năn của họ trước mặt Chúa (3:6–9). Hành động này cũng nhắc chúng ta về các thủy thủ trên tàu trong chương 1. Mặc dù Giô-na không công bố sứ điệp tiên tri cho họ, nhưng trong Giô-na 1:9, ông dựa trên Sáng Thế Ký 1:9–10 để mô tả Chúa là Đấng Tạo dựng biển và đất khô:

Giô-na 1:9	Sáng Thế Ký 1:9–10
Ông trả lời: "Tôi là người Hê-bơ-rơ và tôi kính sợ Đức Giê-hô-va là Đức Chúa Trời trên trời, Ngài đã làm nên *biển* (הַיָּם) và *đất khô* (הַיַּבָּשָׁה).	Đức Chúa Trời phán: "Nước dưới bầu trời phải tụ lại một nơi và phải có *chỗ khô cạn* (הַיַּבָּשָׁה) xuất hiện", thì có như vậy. Đức Chúa Trời gọi *chỗ khô cạn* (הַיַּבָּשָׁה) là "đất" còn khối nước tụ lại là *"biển"* (יַמִּים). Đức Chúa Trời thấy điều đó là tốt đẹp.

Ngay sau khi nghe điều đó, các thủy thủ ngoại quốc sợ hãi và sẵn sàng làm điều Chúa vui lòng (1:10).

Sách Giô-na cũng kết thúc bằng lời phán của Chúa. Lời Chúa trong chương 4 là lời ân điển, nhằm thuyết phục Giô-na và chúng ta về tấm lòng yêu thương của Chúa dành cho kẻ thù của Ngài. Nhưng trước đó, trong Giô-na 4:2, tiên tri Giô-na nhắc đến lời Chúa trong Xuất Ê-díp-tô Ký 34:6–7 như là lý do ông trốn Chúa. Qua lời mô tả sự thương xót mà Ngài dành cho người Y-sơ-ra-ên, ông biết thuộc tính của Chúa. Vì vậy, ông e rằng Chúa cũng sẽ thương xót dân thành Ni-ni-ve. Và đúng vậy, đó là kế hoạch của Chúa. Ba lần trong chương này Chúa nói với Giô-na. Ban đầu, Chúa chỉ hỏi Giô-na:

"Con giận có đúng không?" (4:4)

---

[68]Terence E. Fretheim, "Jonah and Theodicy", *Zeitschrift für die alttestamentliche Wissenschaft* 90 (1978): 233.

Chúa đã đặt một "cái bẫy ân điển" cho Giô-na. Ông ra ngoài thành, và Chúa chuẩn bị dây dưa để che nắng cho ông. Sau đó Chúa làm cho dây dưa héo đi, và một lần nữa ông nổi giận. Chúa lại hỏi ông:

> "Con nổi giận vì cớ dây dưa nầy có đúng không?" (4:9)

Bây giờ "bẫy ân điển" mà Chúa chuẩn bị cho Giô-na đã được kích hoạt và bung ra bắt lấy Giô-na. Lần thứ ba Chúa phán:

> "Con tiếc một dây dưa mà con chưa hề khó nhọc vì nó và con cũng không săn sóc cho nó lớn. Nó mọc lên trong một đêm và nó chết trong một đêm. Còn Ta, Ta lại không tiếc thành lớn Ni-ni-ve trong đó có hơn một trăm hai mươi nghìn người không biết phân biệt tay phải và tay trái, cùng với rất nhiều đàn súc vật đó sao?" (4:10–11)

Lời Chúa phán với Giô-na dần dần dẫn ông đến kết luận mong muốn, đó là Chúa đã đúng khi Ngài thương xót dân thành Ni-ni-ve. Nếu Giô-na đúng khi ông tiếc dây dưa, mặc dù ông không làm gì để chăm sóc nó, thì Chúa lại càng đúng hơn khi Ngài tiếc sự chết của những tạo vật của Ngài. Đức Chúa Trời kiên nhẫn dẫn tiên tri Giô-na đến với chân lý về Chúa. Lời Chúa là lời biến đổi tấm lòng cứng cỏi. Cầu xin Chúa biến đổi tấm lòng của chúng ta vì chúng ta cũng là những tội nhân giống như Giô-na vậy.

Tội lỗi của Giô-na

Giô-na là vị tiên tri mắc nhiều sai lầm và yếu đuối. Chính vì vậy, chúng ta cảm thông với ông. Hành động đầu tiên của tiên tri Giô-na trong sách là "trốn qua Ta-rê-si để tránh mặt Đức Giê-hô-va" (1:3). Chúng ta cũng giống như Giô-na khi lảng tránh việc chia sẻ Phúc Âm cho người khác.

Nhưng tại sao Giô-na không vâng lời Chúa? Để trả lời câu hỏi đó, chúng ta hãy tìm hiểu lời Giô-na nói trong sách. Thứ nhất, tác giả tiết lộ, rằng Giô-na đã nói cho các thủy thủ trên tàu biết ông trốn khỏi sự hiện diện của Chúa (1:10; cũng xem 1:3). Tiên tri Giô-na cũng nói rằng lý do họ gặp bão trên biển là vì sự bất tuân của ông (1:12). Như vậy, chúng ta chỉ biết Giô-na muốn tránh khỏi sự hiện diện của Chúa, nhưng chúng ta lại không biết lý do ông muốn tránh khỏi Ngài.

Bức tranh về Giô-na trở nên phức tạp hơn trong chương 2. Trong bài thi thiên của mình (2:3–10), ông không hề nói gì về nguyên do ông gặp hoạn nạn. Ông chỉ nói rằng Chúa đã giải cứu ông khỏi hoạn nạn (2:3), rằng chính Chúa là Đấng đã ném ông xuống biển (2:4). Vì vậy ông "bị ném khỏi trước mắt" Chúa (2:5). Nhưng trong chương 1, chính ông đã nói rằng ông tìm cách tránh khỏi sự hiện diện của Chúa. Tại sao chương 1 khác chương 2? Sự khác

biệt giữa chương 1 và chương 2 nhấn mạnh một chân lý về những người
không vâng lời Chúa: họ có thể vừa không vâng lời Chúa lại vừa nghĩ mình
kính sợ Chúa. Tiên tri Giô-na cũng khẳng định ông kính sợ Chúa, trong Giô-
na 1:9. Dường như lòng Giô-na đầy những rối rắm. Ông nói rằng ông kính
sợ Đức Gia-vê, nhưng ông vẫn không vâng lời Ngài. Rất nhiều tín hữu giống
tiên tri Giô-na. Trên một phương diện nào đó, chúng ta vẫn yêu mến Chúa,
nhưng chúng ta lại tiếp tục làm theo ý riêng. Nhưng câu hỏi vẫn còn đó: Vì
sao tiên tri Giô-na không vâng lời Chúa?

Chúng ta phải đợi đến chương 4 mới biết lý do. Giô-na 4:2 cho biết lý do
rõ ràng nhất cho việc ông không vâng lời:

> "Lạy Đức Giê-hô-va, chẳng phải đây là điều con đã thưa với Ngài khi con
> còn ở trong xứ của con sao? Đó là lý do con vội vàng trốn qua Ta-rê-si. *Bởi
> con biết Ngài là Đức Chúa Trời nhân từ, thương xót, chậm giận, giàu ơn và
> đổi ý không giáng tai vạ.*"

Giô-na không vâng lời vì ông không muốn Chúa thương xót dân thành
Ni-ni-ve. Giô-na không vâng phục vì lòng của ông chưa được biến đổi hoàn
toàn theo tấm lòng của Chúa.[69] Cũng như Giô-na, chúng ta phải được Chúa
biến đổi để có thể yêu thương kẻ thù như Chúa yêu thương họ. Ngoài ra,
giống như Giô-na, chúng ta cũng cần phải hiểu rõ hơn quyền năng của Chúa.

Sự tể trị của Chúa

Sự tể trị của Chúa là giáo lý được đặt trên chân lý Chúa là Đấng tạo dựng
nên muôn vật.[70] Chân lý này được nhắc đến trong cả bốn chương của sách
Giô-na.

Trong chương 1, có một vài điều nói đến sự tể trị của Chúa. Thứ nhất,
Chúa bảo tiên tri Giô-na đi cáo trách dân thành Ni-ni-ve, có nghĩa là lời Chúa
cũng được áp dụng cho cả một đất nước cách xa Y-sơ-ra-ên.[71] Ngài là Đấng
cầm quyền trên các nước (cũng xem Xuất 19:5; Thi 24:1–2). Thứ hai, tiên tri
Giô-na lý giải về cơn bão dựa trên chân lý rằng Đức Gia-vê là "Đức Chúa
Trời trên trời, Ngài đã làm nên biển và đất khô" (1:9). Khi họ hỏi Giô-na làm

---

[69]Và có thể ông cũng không muốn được biến đổi hoàn toàn vì ông không muốn người
thành Ni-ni-ve kinh nghiệm ân điển của Chúa (Timmer, "Jonah and mission", 170).

[70]Đây là một chủ đề được trình bày trong một số thi thiên như Thi 8 và 104. Mặc dù sách
Giô-na không trực tiếp liên hệ sự tể trị của Chúa với công việc sáng tạo, nhưng có manh mối
về mối liên hệ này. Xem thêm Tova Forti, "Of Ships and Seas, and Fish and Beasts: Viewing
the Concept of Universal Providence in the Book of Jonah through the Prism of Psalms",
Journal for the Study of the Old Testament 35 (2011): 359–74.

[71]Stuart, *Hosea-Jonah*, 447–48.

thế nào để biển lặng (1:11), ông trả lời họ phải ném ông xuống biển (1:12), có nghĩa là Chúa tể trị trên biển cả. Sau khi họ ném Giô-na xuống biển rồi, thì biển trở nên yên lặng (1:15). Đúng vậy, Đức Gia-vê là Đấng tể trị tất cả, kể cả biển cả. Thứ ba, Đức Gia-vê cũng là Đấng tể trị các nước. Mặc dù các thủy thủ ấy là những người thờ nhiều thần khác nhau (1:5), nhưng cuối cùng họ lại kêu cầu Đức Gia-vê (1:14) và thờ phượng Ngài (1:16). Sách Giô-na không cho biết về tương lai của các thủy thủ này, liệu họ có tiếp tục kính sợ Chúa hay không.[72] Tuy nhiên, sự kiện này cho thấy Chúa là Đấng tể trị thế giới tự nhiên (biển) và con người.

Chương 2 cũng cho thấy sự tể trị của Chúa trên thế giới tự nhiên. Chúa dùng một con cá lớn để nuốt Giô-na (2:1), và giải cứu ông khỏi biển. Việc này khiến Giô-na cảm tạ Chúa (2:3–10). Cuối cùng, Chúa bảo con cá nhả Giô-na trên đất khô (2:11). Điều này cho thấy Chúa tể trị từng hành động của con cá.

Trong chương 3, có hai việc cho thấy sự tể trị của Chúa. Thứ nhất, khi Chúa phán lần thứ hai với Giô-na, Giô-na vâng phục (3:3). Mặc dù lần đầu ông không vâng lời, nhưng Chúa có cách thuyết phục Giô-na qua sự tể trị của Ngài. Thứ hai, dân thành Ni-ni-ve tin sứ điệp của Giô-na và ăn năn (3:5–9). Một lần nữa, chúng ta cũng không biết sau đó họ có tin Chúa hay không (trừ việc Chúa dùng đế quốc Ba-by-lôn để đánh đổ họ vào năm 612 TC.). Tuy nhiên, sự kiện họ ăn năn cho thấy Chúa tể trị trên các nước, kể cả các siêu cường quốc hung bạo như A-si-ri.

Trong chương 4, Chúa dùng dây dưa để dạy tiên tri Giô-na. Việc dây dưa này mọc lên rồi khô héo trong thời gian ngắn bày tỏ sự tể trị lạ lùng của Chúa. Điều thú vị là trong sách Giô-na, Chúa sử dụng thiên nhiên, như biển, gió, dây dưa và con sâu để điều khiển dòng lịch sử.[73] Nhưng sự tể trị của Chúa không chỉ liên hệ đến thế giới tự nhiên mà còn liên hệ đến con người. Chúa không chỉ quan tâm đến người Y-sơ-ra-ên mà còn quan tâm

---

[72] Một học giả cho rằng các thủy thủ cùng với người thành Ni-ni-ve là ví dụ trong Cựu Ước về người cải đạo (William D Barrick, "Living a New Life: Old Testament Teaching about Conversion", *The Master's Seminary Journal* 11, số ph. 1 [2000]: 20). Có thể họ thực sự tin Chúa và đã được cứu. Theo Timmer, có một số lý do để tin rằng người thành Ni-ni-ve không thực sự ăn năn, nhất là vì họ tiếp tục bạo lực của họ (Daniel C. Timmer, "Jonah's Theology of the Nations: The Interface of Religious and Ethnic Identity", *Revue biblique* 120 [2013]: 17). Timmer lạc quan hơn về các thủy thủ vì họ đã từ bỏ đức tin vào các thần của mình trước khi được giải cứu, và sau khi được giải cứu, họ được mô tả là người kính sợ Chúa ("Jonah's theology of the nations", 20–21). Thế nhưng tác giả không quan tâm nhiều đến vấn đề đó. Vì vậy, chúng ta không đủ cơ sở để khẳng định chắc chắn.

[73] Forti, "Of ships and seas, and fish and beasts", 362.

đến dân thành Ni-ni-ve nữa. Sách Giô-na đề cập đến một vài dân tộc khác. Ngài quan tâm đến con người thuộc các dân tộc khác nhau. Nhưng họ có kính sợ Ngài không? Hơn nữa, sách ngụ ý rằng cả nhân loại có cùng một chỗ đứng trước Đức Chúa Trời, vì mọi dân tộc đều thuộc về Chúa (cũng xem Xuất 19:5; Thi 24:1–2).[74]

Tình yêu của Chúa

Sự thương xót và tình yêu của Chúa là ý chính của sách Giô-na. Đỉnh điểm của sách là cuộc đối thoại giữa tiên tri Giô-na và Chúa trong chương 4, bắt đầu với lời cầu nguyện trong Giô-na 4:2 về sự thương xót của Chúa. Ngoài ra, Chúa cũng bày tỏ tình yêu và lòng thương xót của Ngài qua lời Ngài và qua hành động của Ngài trong cả ba chương trước.

Thứ nhất, tình yêu của Chúa là tình yêu kiên trì. Tiên tri Giô-na là nhân vật vừa đáng yêu vừa khôi hài. Ông là vị tiên tri chạy trốn sự hiện diện của Chúa và sứ mạng Ngài giao cho ông. Tuy nhiên, Đức Chúa Trời đã kiên nhẫn hành động để thuyết phục ông phải thực hiện sứ mạng đó (ch. 1) và sau đó Ngài kiên nhẫn giải thích cho ông lý do tại sao Ngài quan tâm đến dân thành Ni-ni- ve (ch. 4). Nhiều lúc chúng ta chậm chạp trong việc vâng lời Chúa, nhưng Chúa không bỏ chúng ta. Tình yêu kiên trì của Chúa là nguồn hy vọng cho tội nhân.

Tình yêu của Chúa thật bao la. Đó chính là lý do tiên tri Giô-na không nhận sứ mạng giảng cho người Ni-ni-ve. Trong khi Giô-na thiếu lòng thương xót, thì Đức Gia-vê lại đầy lòng thương xót.[75] Dĩ nhiên Đức Chúa Trời có lý nếu Ngài hình phạt tội nhân, nhưng Ngài vui lòng bày tỏ lòng thương xót dành cho họ. Ngũ Kinh và các sách tiên tri có những ví dụ về những vị tiên tri cầu thay cho dân sự bại hoại (ví dụ như Môi-se trong Xuất 33:12–16 và tiên tri Giê-rê-mi trong Giê 42:1–3). Trong Giô-na, có vẻ Chúa mong mỏi có ai đó sẵn lòng cầu thay để Ngài không giáng tai vạ.[76]

Chúng ta thấy chiều rộng của lòng thương xót của Chúa trước hết qua việc Ngài giải cứu các thủy thủ vốn là người thờ đa thần (1:15–16). Họ vốn cầu khẩn các thần, là điều Đức Gia-vê nhiều lần ngăn cấm (ví dụ, Xuất 20:3), nhưng sau đó họ lại kêu cầu Đức Gia-vê thương xót khi họ ném Giô-na xuống biển, và Ngài nhậm lời họ (1:14–15). Có thể đó là lý do tiên tri Giô-na tuyên

---

[74]Timmer, "The Intertextual Israelite Jonah Face À L'empire", 19.

[75]Millar Burrows, "The Literary Category of the Book of Jonah", trong *Translating and Understanding the Old Testament: Essays in Honor of Herbert Gordon May*, btv. Harry Thomas Frank và William L. Reed (Nashville, TN: Abingdon, 1970), 99.

[76]Miller, " 'Slow to Anger' ", 44–45.

bố trong bài thi thiên: "Sự cứu đến từ Đức Giê-hô-va!" (2:10). Câu đó không giới hạn sự cứu rỗi dành cho ai. Trong bối cảnh sự giải cứu đến với các thủy thủ ngoại quốc, chúng ta có thể hiểu Giô-na 2:10 với ý nghĩa khác hơn: Sự cứu giúp chỉ đến từ một nguồn, nhưng sự cứu giúp đó đến trên cả người ngoại quốc vốn không thuộc tuyển dân của Chúa.[77] Cũng vậy, trong chương 3, khi dân thành Ni-ni-ve ăn năn, Chúa bày tỏ tình yêu của Ngài bằng cách không giáng tai họa trên họ (3:10).

Cuối cùng, tình yêu của Chúa là một thuộc tính được bày tỏ nhiều lần qua lời Ngài. Khi Giô-na giải thích lý do ông chạy trốn khỏi sứ mạng giảng cho dân thành Ni-ni-ve của Chúa, ông trích dẫn một câu Kinh thánh từ Xuất Ê-díp-tô Ký 34:6–7. Câu này cũng được trích dẫn hoặc ám chỉ đến trong nhiều phân đoạn khác trong Cựu Ước.[78] Tôi sẽ giải thích thêm về sự liên hệ này sau. Ở đây tôi chỉ muốn nhấn mạnh rằng thuộc tính yêu thương của Chúa là điều luôn ở trong tâm trí và tấm lòng của người Y-sơ-ra-ên. Vì vậy, tiên tri Giô-na nói: *"Bởi con biết* Ngài là Đức Chúa Trời nhân từ, thương xót, chậm giận, giàu ơn và đổi ý không giáng tai vạ" (4:2, tôi tự in nghiêng để nhấn mạnh). Tiên tri Giô-na không nghi ngờ tình yêu của Chúa vì ông biết Kinh Thánh.

Những sự liên kết với toàn bộ Kinh Thánh và Chúa Giê-xu

Mặc dù Giô-na là một sách ngắn, nhưng nó chứa đựng một số liên kết quan trong với các phân đoạn khác trong Kinh thánh và với Chúa Giê-xu. Những sự liên kết này giúp chúng ta hiểu thêm về cách Kinh thánh giải nghĩa Kinh thánh, nhất là về tấm lòng của Chúa và nội dung của Phúc âm.[79] Chúng ta có thể tóm lại mối liên hệ giữa sách Giô-na và phần còn lại Kinh Thánh bằng một câu: *Sách Giô-na nhìn lại ân điển của Chúa dành cho Y-sơ-ra-ên trong quá khứ và cho rằng ân điển của Chúa cũng dành cho các nước, kể cả cho kẻ*

---

[77] Mặc dù sự cứu rỗi chủ yếu đến với người Y-sơ-ra-ên thời Cựu Ước, nhưng sách Giô-na cho thấy cũng có người ngoại quốc được cứu vào thời đó (Timmer, "Jonah and mission", 170).

[78] Xem Dân 14:18; 2 Sử 30:9; Nê 9:17; Thi 86:15; 103:8; 111:4; 145:8; Giôs 2:13; Na 1:3 Ngoài ra, Thi 112:4 áp dụng câu này cho người ngay thẳng, có nghĩa là người ngay thẳng bắt chước Đức Gia-vê trong ân điển và sự thương xót của Ngài (Timmer, "Jonah and mission", 171).

[79] Để nghiên cứu thêm về mối liên hệ giữa sách Giô-na và phần còn lại của Kinh thánh, xem Hyun Chul Paul Kim, "Jonah Read Intertextually", *Journal of Biblical Literature* 126 (2007): 497–528. Kim đề cập đến một liên kết mà tôi không tìm hiểu ở đây, đó là trận lụt lớn trong Sáng 6–9. Ông đã nói rất đúng rằng những mối liên hệ này cho thấy quyền tể trị của Đức Gia-vê trên thiên nhiên ("Jonah Read Intertextually", 504).

So Sánh Giô-na 4:2 và Xuất Ê-díp-tô Ký 34:6–7

Giô-na 4:2	Xuất Ê-díp-tô Ký 34:6–7
Ông cầu nguyện với Đức Giê-hô-va rằng: "Lạy Đức Giê-hô-va, chẳng phải đây là điều con đã thưa với Ngài khi con còn ở trong xứ của con sao? Đó là lý do con vội vàng trốn qua Ta-rê-si. Bởi con biết Ngài *là Đức Chúa Trời nhân từ, thương xót, chậm giận, giàu ơn* (אֵל־חַנּוּן וְרַחוּם אֶרֶךְ אַפַּיִם וְרַב־חֶסֶד) và đổi ý không giáng tai vạ.	Đức Giê-hô-va đi qua trước mặt ông và tuyên bố: "Giê-hô-va! Giê-hô-va! *Là Đức Chúa Trời nhân từ, thương xót, chậm giận, dư dật ân huệ* (אֵל רַחוּם וְחַנּוּן אֶרֶךְ אַפַּיִם וְרַב־חֶסֶד) và thành thực, Giữ lòng yêu thương đến nghìn đời, Tha thứ điều gian ác, sự vi phạm và tội lỗi; Nhưng không kể kẻ có tội là vô tội, Mà nhân tội tổ phụ phạt con cháu đến ba bốn đời."

---

thù của dân sự Chúa, và sách cũng chỉ ta đến sự chết và sự sống lại của Chúa Giê-xu, mang lại sự cứu rỗi cho kẻ thù của Ngài.

Nền tảng thần học của Giô-na (Xuất 34:6–7)

Trong 4:2, tiên tri Giô-na trích dẫn một phần Xuất Ê-díp-tô Ký 34:6–7 (xem **So Sánh Giô-na 4:2 và Xuất Ê-díp-tô Ký 34:6–7**).

Bối cảnh của Xuất Ê-díp-tô Ký 34 là tội làm con bò vàng ở đồng vắng Si-nai của Y-sơ-ra-ên. Môi-se đã làm người trung gian để thiết lập giao ước giữa Đức Chúa Trời và Y-sơ-ra-ên, trong đó ông trình bày mười điều răn, ngăn cấm việc thờ hình tượng. Sau đó Môi-se lại đi lên núi gặp Chúa. Đang khi ông ở trên núi, dân Y-sơ-ra-ên đã nhờ A-rôn làm con bò vàng và chỉ họ cách thờ lạy và dâng tế lễ cho hình tượng con bò vàng đó, như thể con bò vàng đó là vị thần đã giải cứu họ khỏi Ai Cập (Xuất 32:1–6). Đức Gia-vê đe dọa sẽ hủy diệt dân Y-sơ-ra-ên vì tội lỗi của họ (Xuất 32:9–10). Môi-se cầu thay cho dân Y-sơ-ra-ên, xin Chúa nhớ đến vinh hiển của Ngài trước các nước cũng như lời hứa Ngài đã ban cho các tổ phụ (Xuất 32:11–13), và Đức Gia-vê "đổi ý không giáng tai họa mà Ngài định giáng xuống trên dân Ngài"

(Xuất 32:14).[80] Chúa cho phép họ đi vào đất hứa, nhưng Ngài cho biết Ngài không đi cùng họ, e rằng Ngài sẽ hủy diệt họ trên đường chăng, vì họ là dân gian ác (Xuất 33:1–3). Một lần nữa, Môi-se cầu thay cho người Y-sơ-ra-ên, vì ông không muốn vào đất hứa nếu Đức Gia-vê không đi cùng họ (Xuất 33:12–16). Chúa nhậm lời Môi-se và đồng ý đi cùng (Xuất 33:17). Sau đó Môi-se xin Chúa bày tỏ vinh quang của Ngài (Xuất 33:18), và Ngài phán cho Môi-se:

> "Ta sẽ thể hiện sự toàn hảo của Ta trước mặt con; Ta sẽ công bố danh Giê-hô-va trước mặt con; Ta sẽ làm ơn cho ai Ta muốn làm ơn và thương xót ai Ta muốn thương xót." (Xuất 33:19)

Sứ đồ Phao-lô trích dẫn câu này trong Rô-ma 9:15 để giải thích tại sao lựa chọn của Chúa là công bằng. Ở đây, câu này trở thành bối cảnh giúp chúng ta hiểu lý do việc Chúa tha thứ người Y-sơ-ra-ên là công bằng. Đức Chúa Trời là Đấng thương xót, và Ngài có quyền thương xót ai Ngài muốn thương xót. Người Y-sơ-ra-ên đã phạm tội nghiêm trọng khi họ thờ lạy hình tượng, phá vỡ giao ước Ngài mới vừa thiết lập với họ. Trong bối cảnh đó, Đức Chúa Trời tự do bày tỏ danh Ngài:

> "Giê-hô-va! Giê-hô-va!
> Là Đức Chúa Trời nhân từ, thương xót,
> Chậm giận,
> Dư dật ân huệ và thành thực,
> Giữ lòng yêu thương đến nghìn đời,
> Tha thứ điều gian ác, sự vi phạm và tội lỗi;
> Nhưng không kể kẻ có tội là vô tội,
> Mà nhân tội tổ phụ phạt con cháu đến ba bốn đời."

Tiên tri Giô-na biết Đức Chúa Trời là Đấng thương xót dân Y-sơ-ra-ên khi họ phạm tội. Như tôi đã đề cập ở trên, hai câu này được trích dẫn (và thay đổi một chút) nhiều lần trong Cựu Ước.[81] Chúa tự do bày tỏ lòng thương xót với bất cứ ai Ngài muốn. Và tiên tri Giô-na không muốn Chúa thương xót kẻ thù của Y-sơ-ra-ên.[82] Giống như Giô-ên 2:13, Giô-na 4:2 không trích dẫn phần nói về việc tha thứ điều gian ác và hình phạt người có tội trong Xuất Ê-díp-tô Ký 34:7.[83] Thay vào đó, Giô-na (và Giô-ên) nói thêm: "và đổi

---

[80]Youngblood cho rằng việc Môi-se cầu thay cho dân Y-sơ-ra-ên để Chúa không giáng tai họa trên họ (Xuất 32:12) đã cảm hứng Giô-na thêm phần "đổi ý không giáng tai vạ" trong Giô-na 4:3, là phần không có trong Xuất 34:6–7 (*Jonah*, 154).

[81]Xem Dân 14:18; 2 Sử 30:9; Nê 9:17; Thi 86:15; 103:8; 111:4; 112:4; 145:8; Giôs 2:13; Giô-na 4:2; Na 1:3.

[82]Giô-na không chấp nhận quyền tự do của Đức Gia-vê trong việc bày tỏ lòng thương xót đối với tội nhân (Ronald E. Clements, "The Purpose of the Book of Jonah", trong *Congress volume: Edinburgh, 1974* [Leiden: Brill, 1975], 21).

[83]Xem thêm về những điểm giống nhau và khác nhau giữa Giô-ên 2 và sách Giô-na trong Thomas B. Dozeman, "Inner-Biblical Interpretation of Yahweh's Gracious and

ý không giáng tai vạ".[84] Đó chính là việc Chúa đã làm cho người Y-sơ-ra-ên khi họ phạm tội trong đồng vắng. Như vậy, lịch sử Y-sơ-ra-ên trở thành một bài học quan trọng về ân điển của Đức Chúa Trời. Y-sơ-ra-ên có được địa vị đặc biệt là nhờ ân điển của Chúa, không phải nhờ việc làm của họ. Cũng vậy, Chúa thương xót một dân hung ác, tức người Ni-ni-ve, vào thời của tiên tri Giô-na. Ngay cả trong Xuất Ê-díp-tô Ký 32:12, sự thương xót của Chúa cũng dành cho các nước.[85] Lúc ấy, Môi-se quan tâm đến danh tiếng của Chúa ở giữa người Ai Cập nếu Ngài tiêu diệt dân Y-sơ-ra-ên vì tội lỗi của họ. Trong sách Giô-na, lòng thương xót này cũng dành cho người ngoại quốc. Điều đó nói lên lòng thương xót phổ quát của Đức Gia-vê.

Sự đoán phạt thành Ni-ni-ve (Na 1:3)

Tuy nhiên, vào thời của tiên tri Na-hum, kết quả hoàn toàn ngược lại. Na-hum đã nói tiên tri về thành Ni-ni-ve vào thế kỷ 7 TC., trước khi thành Ni-ni-ve sụp đổ và đế quốc Ba-by-lôn chiến thắng vào năm 612 TC.[86] Ngay từ đầu sách Na-hum đã có lời đoán phạt dành cho thành Ni-ni-ve. Na-hum 1:3 cũng trích dẫn Xuất Ê-díp-tô Ký 34:6–7, nhưng nó nhấn mạnh hình phạt dành cho tội lỗi. Xem Na-hum 1:2–3a:

> Giê-hô-va là Đức Chúa Trời ghen tuông và báo thù; Đức Giê-hô-va là Đấng báo thù và đầy thịnh nộ. Đức Giê-hô-va báo thù những kẻ chống lại Ngài, và nổi giận đối với kẻ thù của Ngài. Đức Giê-hô-va chậm giận và có quyền năng rất lớn, nhưng Ngài chẳng coi kẻ có tội là vô tội.

Như vậy, sự kiên nhẫn của Chúa không kéo dài mãi mãi. Mặc dù Ngài thương xót người Ni-ni-ve vào thời của tiên tri Giô-na, nhưng họ cứ tiếp tục phạm tội, kiêu ngạo và không kính sợ Chúa. Vì vậy, phần cuối trong Xuất Ê-díp-tô Ký 34:7 nói về việc hình phạt kẻ có tội cuối cùng đã được áp dụng cho dân thành Ni-ni-ve.

Compassionate Character", *Journal of Biblical Literature* 108 (1989): 207–23; về vấn đề phân đoạn nào được viết trước, xem Joseph R. Kelly, "Joel, Jonah, and the YHWH Creed: Determining the Trajectory of the Literary Influence", *Journal of Biblical Literature* 132 (2013): 805–26.

[84]Mặc dù cụm từ đó được thêm vào, nhưng khái niệm này đặt nền tảng trong Xuất 32:14 (cũng xem Dozeman, "Inner-Biblical Interpretation of Yahweh's Gracious and Compassionate Character", 220–21).

[85]Dozeman, "Inner-Biblical Interpretation of Yahweh's Gracious and Compassionate Character", 223.

[86]Willem A. VanGemeren, *Interpreting the Prophetic Word: An Introduction to the Prophetic Literature of the Old Testament* (Grand Rapids: Zondervan, 1996), 162.

Chúng ta có thể mắc sai lầm nếu bỏ qua cơn thịnh nộ của Đức Chúa Trời. Sứ điệp Phúc Âm bao hàm cả cơn thịnh nộ của Chúa lẫn tình yêu sâu rộng của Ngài. Kinh Thánh không lý giải đầy đủ về mối liên hệ giữa sự thương xót và cơn thịnh nộ của Đức Chúa Trời. Đó là một phần trong sự mầu nhiệm về thuộc tính của Đức Chúa Trời.[87] Chúng ta có thể nhìn thấy phần nào sự mầu nhiệm đó nơi thập tự giá, vì qua sự chết của Chúa Giê-xu chúng ta vừa thấy tình yêu vừa thấy cơn thịnh nộ. Chỉ Đức Chúa Trời mới có thể giải quyết cách chính xác mối liên hệ giữa sự công bằng và sự thương xót.

Nghiên cứu thêm: Giô-na và 12 sách tiểu tiên tri

Ngày xưa, các sách tiểu tiên tri được đóng lại thành một cuộn gồm 12 sách. Trong lịch sử giải nghĩa các tiểu tiên tri, các học giả thường giải nghĩa từng sách riêng biệt. Việc này thay đổi khi Paul House, một học giả Cựu Ước, viết một quyển sách trong đó ông xem 12 sách tiểu tiên tri như một quyển được sắp xếp thứ tự theo ý của người hiệu đính.[a] Nếu đọc xuyên suốt cả 12 sách, có nhiều sự liên kết đem lại ý nghĩa sâu nhiệm hơn ý nghĩa của từng sách một.

Greg Goswell đã nghiên cứu điều này trong sách Giô-na. Theo Goswell, trong bối cảnh của 12 sách tiểu tiên tri, việc cải đạo của người ngoại quốc trong sách Giô-na là sự kiện chỉ về sự cứu rỗi các nước vào ngày sau rốt.[b]

Điều đầu tiên Goswell quan sát là vị trí của sách Giô-na trong 12 tiểu tiên tri. Giô-na nằm sau sách Áp-đia, là sách lên án người Ê-đôm vì họ lợi dụng người Giu-đa khi thành Giê-ru-sa-lem sụp đổ. Dựa vào sách của House,[c] Goswell cho rằng thái độ của tiên tri Giô-na đối với thành Ni-ni-ve rất đáng mỉa mai vì ông muốn cư xử với dân thành Ni-ni-ve như cách người Ê-đôm đối xử với dân Giu-đa (nhất là Áp-đia 10–14). Như vậy, tiên tri Giô-na cũng chẳng tốt hơn người Ê-đôm chút nào.[d]

Áp-đia cũng cung cấp bối cảnh lai thế học cho sách Giô-na. Sách Áp-đia cho biết: "Ngày của Đức Giê-hô-va đã gần trên tất cả các nước" (Áp-đia 15). Vì sách Giô-na nằm sau sách Áp-đia, nên độc giả sách Giô-na sẽ nghĩ đến bối cảnh lai thế học, tức là ngày sau rốt. Trong bối cảnh đó, việc cải đạo của người ngoại quốc trong sách Giô-na có ý nghĩa lai thế, ý nghĩa vượt xa hơn thời của Giô-na.[e] Như vậy, những sự kiện

---

[87]Charles Conroy, "Jonah and Nahum in the Book of the Twelve: Who Has the Last Word?", *Proceedings of the Irish Biblical Association* 32 (2009): 22.

trong sách Giô-na là một phần của tiến trình xuyên suốt 12 sách tiểu
tiên tri: Dân Ni-ni-ve ăn năn vào thời của Giô-na, bỏ đạo trước thời của
tiên tri Mi-chê và bị hình phạt vào thời của Na-hum. Ngoài ra, sách Mi-
chê lại nằm sau sách Giô-na. Trong Mi-chê 4:1–4, vào ngày sau rốt, các
nước đến Si-ôn để lắng nghe lời Chúa. Như vậy, việc dân Ni-ni-ve ăn
năn chỉ về sự cứu rỗi các nước như Mi-chê đã báo trước.[f]

Tại sao tiên tri Giô-na phàn nàn khi người Ni-ni-ve ăn năn và được
giải cứu? Theo Goswell, lý do là vì ông nghĩ việc đó không đúng thời
điểm vì đó không phải là ngày sau rốt.[g] Vì vậy, ông trốn qua Ta-rê-si,
một nơi xa xôi được nói đến trong Ê-sai 66:19, là nơi sẽ nghe sứ điệp
vinh quang của Đức Gia-vê trong ngày sau rốt. Tiên tri Giô-na nghĩ rằng
trước ngày sau rốt Chúa không nên thương xót người ngoại. Ông muốn
trốn qua Ta-rê-si để họ không được nghe về Đức Gia-vê trước ngày sau
rốt.[h]

Quan điểm của Goswell có đúng không? Và nếu đúng, thì điều đó
ảnh hưởng đến cách chúng ta giải nghĩa sách Giô-na như thế nào?
Theo tôi, về góc độ lịch sử, rất khó chứng minh một nhà biên tập có
muốn chúng ta hiểu sách Giô-na trong bối cảnh lai thế học hay không.
Tuy nhiên, về góc độ thần học thánh kinh, nếu nghiên cứu sách Giô-na
trong bối cảnh của cả câu chuyện cứu chuộc, thì sự ăn năn của người
Ni-ni-ve không khiến chúng ta ngạc nhiên. Đó là sự kiện chỉ về việc
giảng tin lành cho các nước.

---

[a]Paul R. House, *The Unity of the Twelve*, Bible and Literature Series 27 (Sheffield:
Almond Press, 1990).

[b]Greg R. Goswell, "Jonah Among the Twelve Prophets", *Journal of Biblical
Literature* 135 (2016): 283.

[c]House, *The Unity of the Twelve*, 83.

[d]Goswell, "Jonah Among the Twelve Prophets", 288–89.

[e]Goswell, "Jonah Among the Twelve Prophets", 289.

[f]Goswell, "Jonah Among the Twelve Prophets", 293.

[g]Goswell, "Jonah Among the Twelve Prophets", 297–98.

[h]Goswell, "Jonah Among the Twelve Prophets", 298.

Dấu lạ của Giô-na (Mat 12:39; 16:4; Lu 11:29)

Câu chuyện về Giô-na đã mang đến sự khích lệ cho nhiều người Do Thái từ
xưa đến nay. Vì vậy, sách Giô-na là minh họa hợp lý để Chúa Giê-xu nhắc
đến và người nghe có thể hiểu được. Trong Ma-thi-ơ 12:38, một vài "thầy
thông giáo và người Pha-ri-si" đến cùng Chúa Giê-xu xin một dấu lạ để xác

nhận sứ điệp của Ngài. Trong câu tiếp theo, Chúa Giê-xu lên án "thế hệ gian ác" tìm dấu lạ, vì vậy Ngài nói họ chỉ nhận được "dấu lạ của Giô-na". Dấu lạ này là gì?

Trên một phương diện, Chúa Giê-xu từ chối cho họ một dấu lạ. Dấu lạ là để xác nhận tính trung thực của điều một người nói ra.[88] Các nhà lãnh đạo biết Chúa Giê-xu có quyền năng, nhưng họ muốn biết chắc rằng quyền năng này là quyền năng thiên thượng (Mat 16:1),[89] không phải là quyền của ma quỷ (theo Mat 12:24, đây là quan điểm của họ về Chúa). Trong Mác 8:11–12, Chúa Giê-xu tuyệt đối từ chối cho một dấu lạ. Theo cách hiểu của người Do Thái, ngay cả trong sách Ma-thi-ơ và Lu-ca, Chúa Giê-xu cũng không ban dấu lạ,[90] có nghĩa là Ngài không cho họ dấu lạ lúc đó.[91]

Nhưng theo Ma-thi-ơ 12:39, dấu lạ của Giô-na cũng là dấu lạ. Chúa Giê-xu giải thích rõ về dấu lạ này trong ba câu tiếp theo:

> Vì như Giô-na ở trong bụng cá lớn ba ngày ba đêm, cũng vậy, Con Người sẽ ở trong lòng đất ba ngày ba đêm. Trong ngày phán xét, người Ni-ni-ve sẽ trỗi dậy cùng thế hệ nầy và kết án nó, vì dân ấy đã nghe lời rao giảng của Giô-na và ăn năn, nhưng tại đây có một người còn cao trọng hơn Giô-na! Trong ngày phán xét, nữ hoàng nam phương sẽ trỗi dậy cùng thế hệ nầy mà lên án nó, vì bà từ đầu cùng trái đất đến nghe lời khôn ngoan của vua Sa-lô-môn; nhưng tại đây có người còn cao trọng hơn Sa-lô-môn! (Mat 12:40–42)

Theo Ma-thi-ơ, dấu lạ này chứa đựng hai khía cạnh quan trọng. Thứ nhất, nội dung của dấu lạ là Chúa Giê-xu sẽ "ở trong lòng đất ba ngày ba đêm" (12:40), như Giô-na đã ở trong bụng cá ba ngày ba đêm. Thứ hai, tầm quan trọng của dấu lạ này là, mặc dù họ sẽ thấy dấu lạ vĩ đại này từ một Đấng vĩ đại hơn tiên tri Giô-na, nhưng họ vẫn không ăn năn. Vì vậy, một dân gian ác, là kẻ thù của dân sự Chúa, mà còn ăn năn khi nghe tiên tri Giô-na rao giảng, thì người Ni-ni-ve sẽ lên án họ trong ngày phán xét (12:41). Ngoài ra, một nhân vật ngoại quốc khác sẽ lên án họ. Đó là "nữ hoàng nam phương", là nữ hoàng nước Sê-ba. Theo 1 Các Vua 10:1–10, bà đến thăm Sa-lô-môn vì nghe đồn về sự khôn ngoan của ông. Chúa Giê-xu vĩ đại hơn Sa-lô-môn, nhưng người ta không nghe Ngài. Lập luận của Chúa Giê-xu là những người ngoại quốc đã ăn năn và lắng nghe một người kém vĩ đại hơn,

---

[88] James Swetnam, "No Sign of Jonah", *Biblica* 66 (1985): 126.

[89] Michael W. Andrews, "The Sign of Jonah: Jesus in the Heart of the Earth", *Journal of the Evangelical Theological Society* 61 (2018): 111.

[90] D. A. Carson, "Matthew", btv. Frank E. Gaebelein và J. D. Douglas, *The Expositor's Bible Commentary* (Grand Rapids: Zondervan, 1984), 340.

[91] James Swetnam, "Some Signs of Jonah", *Biblica* 68 (1987): 74.

còn khi Chúa Giê-xu đến, người ta lại không chịu lắng nghe. Vì vậy, họ sẽ bị lên án.

Lu-ca 11:29–32 gần giống với Ma-thi-ơ. Tuy nhiên, trong Lu-ca 11:30, chính Giô-na là dấu lạ: "Vì Giô-na là dấu lạ cho người Ni-ni-ve thế nào thì Con Người sẽ là dấu lạ cho thế hệ nầy thế ấy." Theo một học giả, việc giảng đạo của Giô-na là dấu lạ,[92] nhưng theo Chúa Giê-xu nói, chính Giô-na là dấu lạ. Theo Merrill, sự kiện tiên tri Giô-na bị con cá nuốt mà vẫn sống là điều khiến dân thành Ni-ni-ve tiếp nhận ông như là sứ giả từ Chúa, vì truyền thống của họ cho rằng thành Ni-ni-ve được thành lập bởi thần cá (một nửa người một nửa cá).[93] Dù quan điểm này có chính xác hay không, thì điều Ma-thi-ơ và Lu-ca muốn chúng ta hiểu đó là Giô-na là dấu lạ khiến dân thành Ni-ni-ve ăn năn.[94] Còn Chúa Giê-xu là dấu lạ vĩ đại hơn nữa, cho nên con người phải ăn năn.

Tiếp theo, trong Ma-thi-ơ 16 khi một số người Pha-ri-si và Sa-đu-sê đến gặp Chúa Giê-xu, họ đòi một dấu lạ từ trời (Mat 16:1). Chúa Giê-xu mỉa mai họ vì họ "biết phân biệt rõ sắc trời, mà không phân biệt được các thời triệu" (Mat 16:3). Vì vậy, Chúa Giê-xu phán:

> "Thế hệ gian ác dâm loạn nầy tìm kiếm một dấu lạ; nhưng sẽ không có một dấu lạ nào được ban cho họ ngoài dấu lạ của Giô-na." Rồi Ngài bỏ họ mà đi. (Mat 16:4)

Chắc hẳn Chúa Giê-xu chỉ nói xong câu này rồi bỏ đi vì Ngài đã nhiều lần giải thích cho họ rồi.

Như vậy, chúng ta phải trở lại với Ma-thi-ơ 12:40–42 để tìm hiểu về dấu lạ của Giô-na. Quan điểm phổ biến cho rằng dấu lạ này là một phép lạ Chúa làm để giải cứu Giô-na từ bụng con cá lớn và phép lạ giải cứu Chúa Giê-xu từ cõi chết.[95] Có lẽ đây là quan điểm chính xác. Những người đọc sách phúc âm Ma-thi-ơ đã nghe về sự chết và sự sống lại của Chúa Giê-xu. Như vậy,

---

[92] R. B. Y. Scott, "Sign of Jonah: An Interpretation", *Interpretation* 19 (1965): 17–18.

[93] Eugene H. Merrill, "The Sign of Jonah", *Journal of the Evangelical Theological Society* 23 (1980): 27–30.

[94] Carson nói đúng khi cho rằng không phải Lu-ca mâu thuẫn với Ma-thi-ơ mà là không viết chi tiết như Ma-thi-ơ Carson, "Matthew", 340.

[95] Robert H. Gundry, *Matthew: A Commentary on His Literary and Theological Art* (Grand Rapids, MI: Eerdmans, 1982), 244; Carson, "Matthew", 341; Craig Blomberg, *Matthew*, NAC 22 (Nashville: Broadman & Holman, 1992), 206; R. T. France, *The Gospel of Matthew* (Grand Rapids, MI: Wm. B. Eerdmans Publication Co., 2007), 491; Woodhouse nhấn mạnh điều tương tự giữa Giô-na và Chúa Giê-xu là họ chịu hình phạt của Đức Chúa Trời, cầu xin Đức Chúa Trời giải cứu, và được giải cứu John Woodhouse, "Jesus and Jonah", *The Reformed Theological Review* 43, số ph. 2 (1984): 39–40. Nhưng quan điểm của ông phụ thuộc vào

chúng ta hiểu được những sự kiện của sách Giô-na, nhất là con cá lớn, là hình bóng của một thực tại vĩ đại hơn trong sự chết và sự sống lại của Chúa Giê-xu. Cùng với tiên tri Giô-na, chúng ta tuyên xưng đức tin: "Sự cứu đến từ Đức Giê-hô-va!" (Giô-na 2:10), tức là từ Chúa Giê-xu.

Nghiên cứu thêm: Chúa Giê-xu có ở trong lòng đất ba ngày ba đêm không?

Nếu đọc kỹ chúng ta sẽ thấy một vấn đề trong Ma-thi-ơ 12:40, đó là, giống như Giô-na trong bụng cá "ba ngày ba đêm," Chúa Giê-xu nói rằng Ngài sẽ "ở trong lòng đất ba ngày ba đêm". Tuy nhiên, theo những lời tiên báo khác về sự sống lại của Chúa Giê-xu (Mat 16:21; 17:23; 20:19; Mác 8:31; 9:31; 10:34; Lu 9:22; 18:33; cũng so sánh với Mat 27:63–64) và các phân đoạn kể lại về sự sống lại (Lu 24:7, 21, 46; 1 Cô 15:4), thì Ngài sống lại vào ngày thứ ba. Và theo các sách phúc âm, Chúa Giê-xu đã chết vào ngày trước ngày Sa-bát (Mác 15:42) và sống lại vào ngày sau ngày Sa-bát (Mat 28:1), có nghĩa là Chúa Giê-xu chết vào ngày thứ nhất và sống lại vào ngày thứ ba, sau hai đêm. Nếu vậy, thì Ma-thi-ơ 12:40 có sai không?

Một cách giải quyết vấn đề này là cho rằng lời nhắc đến Giô-na trong Ma-thi-ơ 12:40 không thực sự là lời của Chúa Giê-xu mà là lời của Ma-thi-ơ, là người không đề cập nhiều đến lịch sử.[a] Đó là cách giải quyết thông thường đối với học giả theo khuynh hướng tự do vì họ không tin rằng tất cả các lời Kinh Thánh là do Đức Chúa Trời soi dẫn (2 Ti 3:16–17). Vì vậy, theo họ, chúng ta không cần tin tất cả các lời trong Kinh Thánh.

Như vậy, nếu chúng ta bắt đầu bằng thái độ tin cậy, thì chúng ta giải quyết vấn đề này như thế nào? Lựa chọn thứ nhất là cho rằng Chúa Giê-xu (và Ma-thi-ơ) không có ý định nói cách chính xác về mặt thời gian. Nolland cho rằng Chúa Giê-xu lặp lại "ba ngày ba đêm", dù cách nói đó không hoàn toàn chính xác.[b] Lựa chọn thứ hai là tìm hiểu cách nói của Chúa Giê-xu trong bối cảnh văn hóa của người Do Thái. Carson giải thích rằng các thầy thông giáo của người Do Thái cho rằng một ngày, một đêm là một ô-na (עוֹנָה, có nghĩa là giai đoạn). Nếu chỉ có một phần của một ô-na thì đó đã là một ô-na rồi. Có nghĩa đây là cách

---

việc Chúa Giê-xu ở dưới âm phủ, cầu xin Đức Chúa Cha giải cứu Ngài. Tuy nhiên, không có dấu hiệu nào trong Ma-thi-ơ chứng tỏ Chúa Giê-xu nói đến điều đó.

nói về ba ngày, dù không có ba đêm.[c] Lựa chọn thứ ba mới được đề xuất gần đây, đó là ba ngày ba đêm này liên hệ đến kinh nghiệm chịu khổ của Giô-na và Chúa Giê- xu. Theo cách hiểu này, ba ngày bắt đầu tại vườn Ghết-sê-ma-nê khi Chúa Giê-xu bắt đầu chịu khổ, rồi sau đó bị bắt, bị kết án vô lý và bị đánh đập trước khi Ngài bị đóng đinh trên thập tự giá. Như vậy, dấu lạ liên quan đến sự chịu khổ cả ba ngày ba đêm của Chúa Giê-xu.[d]

Cả ba lựa chọn đều khả dĩ. Tuy nhiên, kết luận chúng ta phải phù hợp với: 1. bối cảnh văn hóa thời Chúa Giê-xu và 2. bối cảnh trong sách phúc âm có lời tiên báo đề cập đến ngày thứ ba. Lựa chọn thứ nhất dấy lên một mâu thuẫn giữa lời Chúa Giê-xu ở đây và các lời tiên báo của Ngài trong cùng sách. Đó là mâu thuẫn hiển nhiên. Tại sao tác giả chấp nhận mâu thuẫn đơn giản như thế? Do đó, quan điểm thứ nhất không có sức thuyết phục. Lựa chọn thứ ba tập trung vào bối cảnh của sách Ma-thi-ơ, cũng đề cập đến sự chịu khổ của Chúa Giê-xu từ vườn Ghết-sê-ma-nê đến thập tự giá. Tuy nhiên, làm thế nào các lãnh đạo Do Thái thời Chúa Giê-xu có thể hiểu điều đó? Tôi nghĩ cách giải quyết hợp lý nhất là lựa chọn thứ hai vì nó phù hợp với sách Ma-thi-ơ và bối cảnh văn hóa thời bấy giờ.

---

[a]Scott, "Sign of Jonah", 18.

[b]John Nolland, *The Gospel of Matthew: a commentary on the Greek text* (Grand Rapids, MI; Carlisle: W.B. Eerdmans; Paternoster Press, 2005), 511–12. Cũng xem Ulrich Luz và Helmut Koester, *Matthew 8–20*, Hermeneia (Minneapolis, MN: Augsburg, 2001), 218. Họ cho rằng Ma-thi-ơ không thấy mâu thuẫn giữa "ba ngày ba đêm" và "vào ngày thứ ba" vì Ma-thi ơ không quan tâm đến thời gian chính xác.

[c]Carson, "Matthew", 341.

[d]Andrews, "The Sign of Jonah", 116, 118

Chúa Giê-xu chết vì yêu kẻ thù

Sách Giô-na hướng về Chúa Giê-xu. Ngài sống hoàn toàn theo bản tính của Đức Chúa Cha, Đấng yêu thương tội nhân, những tội nhân như dân thành Ni-ni-ve chẳng hạn. Chúa Giê-xu đã yêu thương kẻ thù bằng hành động.

Chúng ta thấy điều đó trước hết qua Rô-ma 5:6–10. Mặc dù sách Rô-ma không đề cập đến nhân vật Giô-na hoặc sách Giô-na, nhưng Rô-ma 5:6–10 khích lệ tín hữu bằng một chân lý vô cùng quý báu. Sứ đồ Phao-lô nói rằng "tình thương của Đức Chúa Trời tuôn đổ vào lòng chúng ta bởi Đức Thánh Linh" (Rô 5:5). Ông giải thích trong những câu tiếp theo (Rô 5:6–10). Sách

Giô-na cho thấy rằng Chúa thương xót tạo vật của Ngài, dù họ là kẻ thù lớn nhất của Ngài đi nữa. Cũng vậy, Chúa Giê-xu chết đang khi chúng ta là:

- người yếu đuối (5:6)
- kẻ có tội (5:6)
- tội nhân (5:8)
- kẻ thù nghịch (5:10)

Nếu ai nghi ngờ sự cứu rỗi của mình hoặc không biết chắc Chúa có tha thứ cho tội trọng của mình không, thì hãy nhớ đến dân thành Ni-ni-ve và công tác của Chúa Giê-xu trên thập tự giá. Ngài không chết vì Ngài thấy điều gì đó tốt lành nơi chúng ta. Ngài chết vì tình thương của Ngài đang khi chúng ta còn là kẻ thù của Ngài. Cảm ơn Chúa vì tình yêu lớn lao của Ngài. Đó là sứ điệp của sách Giô-na.

Và sứ điệp này cũng khích lệ chúng ta noi theo gương Chúa Giê-xu. Khi cảm thấy mệt mỏi không thể yêu thương kẻ thù, hãy nhớ rằng Chúa Giê-xu đã trải qua cảm giác đó nên có thể cảm thông với chúng ta (Hê 4:15).[96] Chúng ta không thể yêu thương kẻ thù nếu không kinh nghiệm và nương cậy vào tình yêu của Chúa Giê-xu dành cho chúng ta.

---

[96]Telford Work, "Converting God's Friends: From Jonah to Jesus", *Word & World* 27 (2007): 173.

Giô-na 1:1–16

Việc Chúa kêu gọi Giô-na đi đến thành Ni-ni-ve đã can thiệp vào cuộc sống đang yên bình của ông tại Y-sơ-ra-ên. Khi ông đang thoải mái tại quê nhà, thì Chúa lại muốn dẫn dắt ông vào hành trình khám phá tình yêu bao la của Ngài. Vì không vâng phục Chúa, Giô-na đã phải trải qua một giai đoạn đầy khó khăn trước khi ông thực sự khám phá được tình yêu của Ngài dành cho ông.

Phân tích cốt truyện

Một số người chia Giô-na 1:1–16 thành hai câu chuyện, bao gồm sự kêu gọi Giô-na (1:1–3) và cuộc hành trình không vâng phục của ông (1:4–16).[97] Họ chia thành hai câu chuyện vì sự thay đổi về bối cảnh từ đất khô (1:1–3) lên tàu rồi xuống biển (1:4–16), và sự thay đổi nhân vật chính từ Đức Chúa Trời và Giô-na (1:1–3) sang các thủy thủ và Giô-na (1:4–16).

Mỗi câu chuyện có một mâu thuẫn khiến người đọc cảm thấy hồi hộp, tò mò muốn đọc thêm nữa. Khi chia chương này thành hai câu chuyện như ở trên, thì mâu thuẫn trong câu 1–3 là lời kêu gọi tiên tri Giô-na giảng cho dân thành Ni-ni-ve. Nếu vậy, việc Giô-na không vâng phục là diễn biến dẫn đến mâu thuẫn cần được giải quyết.[98] Như vậy, câu chuyện đầu tiên rất ngắn, và thật ra mệnh lệnh của Chúa không phải là yếu tố tạo ra căng thẳng. Tôi cho rằng mâu thuẫn bắt đầu khi Giô-na không vâng phục Chúa (1:3). Điều đó thu hút sự chú ý của chúng ta và khiến chúng ta muốn biết kết cuộc của sự nổi loạn ấy của Giô-na là gì. Vì vậy, chúng ta có thể hiểu chương 1 như là

---

[97] Wendland, "Text Analysis and the Genre of Jonah (Part 2)", 373; Sandy Habib, "Who Converts Whom? A Narrative-Critical Exegesis of the Book of Jonah", *Biblical Theology Bulletin* 44 (2014): 68–69. So sánh Trible chia chương 1 thành 3 cảnh (*Rhetorical Criticism*, 124), và Sasson chia thành 4 cảnh khác nhau (*Jonah*, 65–142).

[98] "Who Converts Whom?", 69.

một câu chuyện bao gồm hai cảnh khác nhau có cùng một mâu thuẫn,[99] đó là việc Giô-na không vâng phục.

Giô-na 1 bắt đầu bằng mạng lệnh của Chúa bảo tiên tri Giô-na đi cáo trách dân thành Ni-ni-ve (1:1–2). Tuy nhiên, tiên tri Giô-na lại đi hướng ngược lại, vừa để tránh thành Ni-ni-ve, vừa "để tránh mặt Đức Giê-hô-va" (1:3).

Cảnh và nhân vật thay đổi trong câu 4, nhưng mâu thuẫn vẫn là việc tiên tri Giô-na trốn Chúa. Mâu thuẫn này trở nên phức tạp hơn khi Chúa mang một cơn bão đến đe dọa con tàu, trong đó có cả các thủy thủ (1:4). Trước tình cảnh đó, các thủy thủ rất sợ hãi (1:5), thuyền trưởng kêu gọi mọi người cầu nguyện với thần của mình (1:6). Tuy nhiên, việc cầu nguyện không đem lại hiệu quả nào. Vì vậy, các thủy thủ kết luận hẳn ai đó trên tàu đã phạm tội, khiến một thần nào đó hình phạt họ. Họ bắt thăm để tìm ra người đó, và tiên tri Giô-na bị chỉ ra (1:7). Khi bị các thủy thủ chất vấn (1:8), Giô-na cho biết ông là người kính sợ Đức Gia-vê, là Đấng "đã làm nên biển và đất khô" (1:9), nhưng hiện nay ông đang chạy trốn Ngài (1:10). Câu 9–10 là bước ngoặt trong câu chuyện. Các thuỷ thủ được nghe lời Chúa qua một vị tiên tri bất đắc dĩ.[100] Các thủy thủ hỏi: họ phải làm gì để giải quyết vấn đề (1:11)? Giô-na cho biết họ phải ném ông xuống biển (1:12). Các thủy thủ cố gắng để không phải làm điều đó, nhưng cuối cùng họ cũng phải làm (1:13). Họ cầu nguyện với Chúa để họ không mắc tội vì mạng sống của tiên tri Giô-na (1:14), và họ ném ông xuống biển. Sau đó, "cơn giận dữ của biển liền yên lặng" (1:15). *Như vậy, giải pháp cho sự bất tuân của Giô-na ấy là các thủy thủ làm theo lời của Giô-na, ném ông xuống biển.* Câu 16 giải thích diễn tiến cuối cùng: các thủy thủ sợ hãi, dâng của lễ và hứa nguyện với Đức Gia-vê.

Một điều thú vị về câu chuyện này là tác giả đã kết hợp hai loại cốt truyện. Trong cốt truyện hành động (plot of action), hành động giải quyết mâu thuẫn; còn trong cốt truyện nhận thức (plot of knowledge), giải pháp xảy ra khi một tin nào đó được tiết lộ.[101] Câu chuyện này chủ yếu diễn tiến theo cốt truyện hành động vì hành động ném tiên tri Giô-na xuống biển giải

---

[99] Ska giải thích có thể phân biệt giữa một câu chuyện và một cảnh. Chúng ta nhận biết một thay đổi về cảnh theo một số dấu hiệu như: thay đổi về thời gian, địa điểm, hoặc nhân vật (Jean Louis Ska, *"Our Fathers Have Told Us": Introduction to the Analysis of Hebrew Narratives*, Subsidia Biblica 13 [Roma: Pontificio Instituto Biblico, 2000], 33).

[100] Carl J. Bosma, "Jonah 1:9—An Example of Elenctic Testimony", *Calvin Theological Journal* 48 (2013): 81. Cũng xem cách Wendland phân tích câu 4–16, có câu 9–10 ở vị trí trung tâm một cấu trúc đồng tâm ("Text Analysis and the Genre of Jonah (Part 2)", 382).

[101] Ska, *"Our Fathers Have Told Us": Introduction to the Analysis of Hebrew Narratives*, 27.

quyết mâu thuẫn phát sinh từ sự không vâng phục Chúa của Giô-na, buộc ông không thể trốn qua Ta-rê-si. Tuy nhiên, trong câu 9, Giô-na tiết lộ thông tin dẫn đến hành động của các thủy thủ, đó là ông kính sợ "Đức Chúa Trời trên trời". Đấng "đã làm nên biển và đất khô". Thông tin đó dẫn đến sự thay đổi về hành động của các thủy thủ. Bước đầu, họ tìm cách giải quyết mà không cần phải quăng Giô-na xuống biển. Nhưng cuối cùng, họ phải ném ông xuống với nguy cơ là ông sẽ chết.

Tìm hiểu chi tiết

Cảnh 1: Giô-na và Đức Gia-vê Trên Đất Khô

1:1 Sách Giô-na giới thiệu tiên tri Giô-na theo cách đặc biệt. Thông thường các sách tiên tri sẽ bắt đầu bằng một câu chẳng hạn như Ô-sê 1:1:

> Đây là lời Đức Giê-hô-va phán với Ô-sê, con trai Bê-ê-ri, dưới thời các vua Ô-xia, Giô-tham, A-cha, Ê-xê-chia của Giu-đa, và vua Giê-rô-bô-am, con trai Giô-ách, của Y-sơ-ra-ên.

Lời giới thiệu thông thường sẽ có cụm từ "Đây là lời Đức Giê-hô-va phán" (ví dụ: Ô-sê 1:1; Mi-chê 1:1) hoặc "Đây là sứ điệp" (ví dụ: Giê 1:1; Ha 1:1) hoặc "Khải tượng của..." (ví dụ: Áp-đia 1; Na-hum 1:1). Sau đó đến tên và một ít thông tin về vị tiên tri ấy hoặc vị vua trị vì trong thời đó (ví dụ: Ê-sai 1:1; Mi-chê 1:1). Tuy nhiên, sách Giô-na bắt đầu một cách sinh động, không có lời giới thiệu sách, chỉ giới thiệu lời của Đức Gia-vê cho tiên tri Giô-na. Cách giới thiệu này cho thấy sách Giô-na là câu chuyện sinh động. Cũng có thể tác giả không nhấn mạnh bối cảnh lịch sử của Giô-na vì ông muốn nhấn mạnh sứ điệp của sách cần được áp dụng cho mọi thời đại.[102]

Câu 1 cũng giới thiệu tiên tri Giô-na, là "con trai A-mi-tai."[103] Chúng ta không biết cha của Giô-na là ai. Tuy nhiên, như đã giải thích trong phần giới thiệu bên trên, câu này liên kết sách Giô-na với 2 Các Vua 14:25, là câu Kinh thánh đề cập đến Giô-na con trai A-mi-tai xuất thân từ Gát Hê-phe. Như vậy, chúng ta biết Giô-na đã nói tiên tri vào thời của vua Giê-rô-bô-am II của Y-sơ-ra-ên. Để biết thêm về bối cảnh lịch sử này, xin xem phần **Giới Thiệu** ở trên.

---

[102]Youngblood, *Jonah*, 48.

[103]Tên A-mi-tai (אֲמִתַּי) liên quan đến từ có nghĩa là "chân lý" (אֱמֶת). Tuy nhiên, tác giả không nhấn mạnh ý nghĩa của tên cha (Billy K. Smith và Franklin S. Page, *Amos, Obadiah, Jonah*, NAB 19B [Nashville: Broadman & Holman, 1995], 224).

Nghiên cứu thêm: Tên "Giô-na"

Trong tiếng Hê-bơ-rơ, "Giô-na" (יוֹנָה) có nghĩa là "chim bồ câu".[a] Vì vậy, một số người cho rằng tên này có ý nghĩa phúng dụ. Ví dụ như Giô-na đại diện cho Y-sơ-ra-ên vì Y-sơ-ra-ên cũng được gọi là "chim bồ câu" trong Ô-sê 7:11,[b] hoặc Giô-na bay để thoát khỏi sự hiện diện của của Đức Gia-vê.[c]

Tuy nhiên, không có bằng chứng cụ thể cho thấy đây là câu chuyện phúng dụ.[d] Và việc Y-sơ-ra-ên được so sánh với chim bồ câu cũng không được đề cập nhiều.[e] Dẫu vậy, ở một chừng mực nào đó, nhân vật Giô-na vẫn đóng vai trò đại diện cho dân Y-sơ-ra-ên khi ông đến thành Ni-ni-ve. Ngoài ra, câu chuyện của ông chắc hẳn khiến người Y-sơ-ra-ên suy nghĩ lại về thái độ của mình đối với kẻ thù. Vì vậy, dù câu chuyện không được giải nghĩa theo ý nghĩa phúng dụ, nhưng về mặt áp dụng, Giô-na cũng mang ý nghĩa đại diện cho Y-sơ-ra-ên.

---

[a]*HALOT* 403

[b]Hans Walter Wolff, *Obadiah and Jonah*, CC [Minneapolis, MN: Augsburg Publishing House, 1986], 98–99.

[c]Alan J. Hauser, "Jonah: In Pursuit of the Dove", *Journal of Biblical Literature* 104 [1985]: 22

[d]Allen, *The Books of Joel, Obadiah, Jonah, and Micah*, 181

[e]Bolin, *Freedom Beyond Forgiveness*, 72

1:2 Câu này là nội dung lời phán của Đức Gia-vê. Câu này có bốn mệnh đề riêng biệt:

"Con *hãy* **trỗi dậy**,

đi đến thành lớn Ni-ni-ve

và **tố cáo** nó

vì tội ác chúng đã lên thấu trước mặt Ta."

Mệnh đề đầu tiên khích lệ tiên tri Giô-na "trỗi dậy", giống như Chúa Giê-xu nói với các môn đồ "hãy đi" (Mat 28:19). Động từ ở đây nhằm mục đích khuyến khích Giô-na thực thi sứ mạng của Chúa.[104] Đó cũng là cách Chúa kêu gọi tiên tri Ê-li "đi đến Sa-rép-ta là thành thuộc về Si-đôn" (1 Vua

---

[104]Sasson, *Jonah*, 69–70.

17:9). Như vậy, Ê-li và Giô-na là hai nhà tiên tri duy nhất được kêu gọi công bố lời Chúa cho các dân tộc ngoài Y-sơ-ra-ên.[105]

Hai mệnh đề tiếp theo mô tả một sứ mạng không mang tính tích cực cho lắm. Thứ nhất, Giô-na phải đến thành Ni-ni-ve,[106] tức là một thành quan trọng của siêu cường quốc, kẻ thù của Y-sơ-ra-ên. Thứ hai, ông phải lên án họ. Điều này chẳng khác nào chúng ta được bảo phải đến Thượng Hải hoặc Bắc Kinh ở Trung Quốc và lên án hay tố cáo sự độc ác của họ. Mệnh đề tiếp theo giải thích lý do Giô-na phải tố cáo dân thành Ni-ni-ve, ấy là bởi vì tội ác của họ. Trong cả sách, Chúa không giải thích tội ác của họ là gì.[107] Chỉ có một cụm từ trong 4:11 cho biết họ "không biết phân biệt tay phải và tay trái", đây là một cách nói bày tỏ lòng thương xót đối với họ (về dân số của thành Ni-ni-ve, xem thêm phần giải thích Giô-na 4:10–11). Qua 1:2, chúng ta chỉ biết họ là người gian ác mà thôi. Và cụ thể tội ác của họ là gì thì không phải là vấn đề quan trọng. Vấn đề chính là cách tiên tri Giô-na hành động sau khi nghe lời kêu gọi của Đức Gia-vê.

1:3 Giô-na không phải là không hành động, nhưng ông hành động theo kiểu không làm theo lời Chúa. Theo Bản Hiệu Đính, ông "liền trốn qua Ta-rê-si". Từ "liền" được dùng trong Bản Hiệu Đính là từ tương ứng với động từ "chổi dậy" trong Bản Truyền Thông, và đây chính là động từ xuất hiện trong lời Chúa phán ở câu 2.[108] Khi đọc trong tiếng Hê-bơ-rơ, động từ đầu tiên nhắc lại về lời Chúa trong 1:2, và hình như Giô-na sắp vâng phục Đức

---

[105]Limburg, *Jonah*, 39. Nhiều học giả quan sát rằng sách Giô-na cũng có nhiều điểm chung với câu chuyện về Ê-li, nhất là trong 1 Các Vua 17 (Ernst R. Wendland, "Text Analysis and the Genre of Jonah (Part 1)", *Journal of the Evangelical Theological Society* 39 [1996]: 191; "Text Analysis and the Genre of Jonah (Part 2)", 388), nhưng điểm khác nhau đó là Giô-na không phải là nhân vật tốt như Ê-li (Burrows, "The Literary Category of the Book of Jonah", 86).

[106]Lưu ý: Câu này nói đến "thành lớn Ni-ni-ve" (נִינְוֵה הָעִיר הַגְּדוֹלָה). Tính từ "lớn" (גָּדוֹל) xuất hiện 14 lần trong sách Giô-na, liên quan đến thành Ni-ni-ve (1:2; 3:2, 3; 4:11), cơn gió (1:4) và cơn bão (1:4, 12), sự sợ hãi của người trên tàu (1:10; 16), con cá (2:1), người quan trọng ở thành Ni-ni-ve (3:5, 7), và cảm xúc của tiên tri Giô-na (4:1, 6).

[107]Dĩ nhiên chúng ta có thể đoán vì Na-hum 3:1 mô tả sự bạo lực và sự dối trá của họ (Stuart, *Hosea-Jonah*, 449).

[108]Động từ trong tiếng Hê-bơ-rơ là קוּם, có nghĩa là "đứng lên". Đức Gia-vê yêu cầu tiên tri Giô-na *"đứng lên* (קוּם) và đi đến thành lớn Ni-ni-ve* tuy nhiên ông lại *"đứng lên* (וַיָּקָם) . . . để trốn qua Ta-rê-si". Trong nguyên văn, tác giả mô tả cách rõ ràng việc tiên tri Giô-na không vâng phục Đức Gia-vê. Ông "đứng lên" rồi "xuống đến Gia-phô" (וַיֵּרֶד יָפוֹ), "và xuống tàu" (וַיֵּרֶד בָּהּ). Các động từ này nhấn mạnh tiên tri Giô-na không vâng phục Đức Gia-vê vì ông đứng lên để xuống. Việc đi xuống không những đi ngược hướng Chúa yêu cầu mà còn dẫn đến sự chết (Youngblood, *Jonah*, 58).

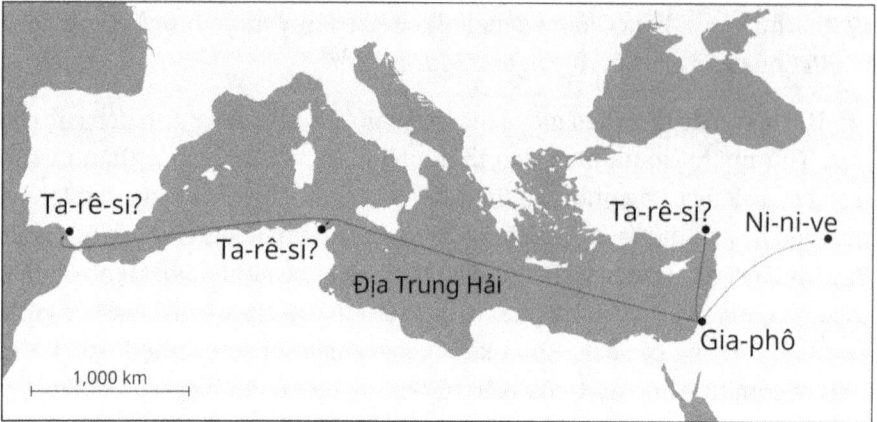

Bản đồ: Cuộc Hành Trình Của Tiên Tri Giô-na

Gia-vê. Tuy nhiên, khi đọc tiếp, chúng ta biết ông không vâng phục vì ông trốn qua Ta-rê-si.

Chúng ta không chắc chắn thành Ta-rê-si ở đâu vì ngày nay ở vùng Địa Trung Hải không có thành nào có tên là Ta-rê-si. Các học giả suy đoán địa điểm này có thể là ở Tạt-sơ (thuộc Thổ Nhĩ Kỳ ngày nay), hoặc Carthage (thuộc Tunisia ngày nay), hoặc Tartessos (thuộc Tây Ban Nha ngày nay).[109] Một vài học giả cũng cho rằng "Ta-rê-si"[110] không phải là thành mà là danh từ có nghĩa là "biển". Stuart trích dẫn Jerome (thế kỷ thứ 4 SC.) và cách dịch của Targum tiếng A-ram là "trên biển".[111] Dù là biển hay một thành trên bờ Địa Trung Hải, điều quan trọng là Ta-rê-si nằm ở hướng khác so với thành Ni-ni-ve. Theo Ê-sai 66:19, đó là nơi người ta chưa nghe đến Đức Gia-vê, cũng chưa kinh nghiệm sự hiện diện của Ngài.[112] Thành Ni-ni-ve ở vùng Mê-xô-bô-ta-mi, cách xa Địa Trung Hải về hướng Đông Bắc Y-sơ-ra-ên. Xem **Bản Đồ: Hành Trình Của Tiên Tri Giô-na**.

Câu này mô tả một số chi tiết của việc Giô-na trốn qua Ta-rê-si. Thứ nhất, ông xuống Gia-phô, có thể bắt đầu từ thành Sa-ma-ri, là thủ phủ của vương quốc Y-sơ-ra-ên thời đó. Gia-phô là thành nằm trên bờ Địa Trung Hải, lẽ ra thuộc về chi tộc Đan, theo Giô-suê 19:46. Nhưng Gia-phô không được người Y-sơ-ra-ên sở hữu trước thời của Si-môn Mạc-ca-bê (1 Macc 12:34). Vào thời

---

[109]R. Reed Lessing, "Just Where was Jonah Going? The Location of Tarshish in the Old Testament", *Concordia Journal* 28 (2002): 291–93.

[110]Tiếng Hê-bơ-rơ: תַרְשִׁישָׁה.

[111]Stuart, *Hosea-Jonah*, 451. Tiếng A-ram: בימא.

[112]Sasson, *Jonah*, 79.

Giô-na, Gia-phô thuộc về người Phi-li-tin,[113] có nghĩa là đó là nơi Giô-na có thể thoát khỏi xứ Y-sơ-ra-ên, ngay cả trước khi lên tàu.[114] Ngày nay, Gia-phô được gọi là Jaffa, nằm phía nam Tel Aviv, thủ đô hiện tại của nước Y-sơ-ra-ên. Ngày xưa, Gia-phô là nơi người ta từ Ai Cập đi sang các nước phía Bắc Y-sơ-ra-ên và ngược lại.[115] Ở đó, tiên tri Giô-na có một lựa chọn: đi đến thành Ni-ni-ve theo mạng lệnh của Đức Gia-vê hoặc đi ngược hướng. Ông chọn hướng thứ hai.

Chi tiết thứ hai là, người Y-sơ-ra-ên ngày xưa ít khi đi thuyền. Ở đây Giô-na xuống tàu đi xa khỏi đất Y-sơ-ra-ên, có nghĩa ông quyết tâm không vâng phục Chúa.[116]

Chi tiết thứ ba là, trong Bản Truyền Thống và Bản Hiệu Đính, tiên tri Giô-na "trả tiền quá giang". Rất có thể đó là con tàu chủ yếu vận chuyển hàng hóa, không phải hành khách.[117] Giô-na 1:5 mô tả các thủy thủ "ném đồ đạc trong tàu xuống biển". Từ "đồ đạc" không phải là va-li của tiên tri Giô-na. Theo câu này, họ muốn "cho nhẹ tàu" có nghĩa họ phải ném đồ nặng thì mới làm nhẹ tàu được. Ngày xưa, tàu thủy thường là tàu buôn (so sánh với những con tàu chở sứ đồ Phao-lô cùng với hàng hóa trong Công Vụ 21:3; 27:10, và thậm chí phải bỏ hàng hóa trong gió bão trong Công Vụ 27:18). Rất có thể việc chở tiên tri Giô-na không phải là việc chính của con tàu này.[118]

Những chi tiết đó giúp chúng ta hiểu bối cảnh của cuộc hành trình của tiên tri Giô-na. Tuy nhiên, chi tiết quan trọng nhất là những từ ngữ được lặp lại nhiều lần trong Giô-na 1:3:

---

[113] James B. Pritchard, btv., "The Siege of Jerusalem", trong *Ancient Near Eastern Texts Relating to the Old Testament* (Princeton, NJ: Princeton University Press, 1969), 287.

[114] Sasson, *Jonah*, 80. Sự kiện ông lên tàu ở Gia-phô thay cho một cảng ở vùng bắc Y-sơ-ra-ên gần quê hương ông có thể ngụ ý ông ở vùng trung-nam của Y-sơ-ra-ên khi nghe Chúa kêu gọi ông (Stuart, *Hosea-Jonah*, 445).

[115] Jacob Kaplan và Haya Ritter Kaplan, "Joppa (Place)", btv. David Noel Freedman, *ABD* (New York: Doubleday, 1992), 946.

[116] Allen, *The Books of Joel, Obadiah, Jonah, and Micah*, 205. Từ xưa đến nay vẫn có một số người cho rằng tiên tri Giô-na phải thuê nguyên cả tàu, có nghĩa là ông phải trả tiền rất nhiều (Youngblood, *Jonah*, 59). Nếu vậy, chúng ta có thêm lý do tin rằng tiên tri Giô-na quyết tâm không vâng phục. Tuy nhiên, cách giải nghĩa này chủ yếu mang tính suy đoán.

[117] Ngày xưa không có tàu đưa khách cho nên tiên tri Giô-na phải đi đến cảng, hỏi về các tàu đưa hàng hóa đến Ta-rê-si (Lowell K. Handy, "Of Captains and Kings: A Preliminary Socio-Historical Approach to Jonah", *Biblical Research* 49 [2004]: 32).

[118] Từ ngữ được dịch là "tiền quá giang" là שָׂכָר, có thể nghĩa "tiền công" hoặc "giải thưởng" hoặc "tiền vé" (David J. A. Clines, btv., "שָׂכָר I", *The Dictionary of Classical Hebrew* [Sheffield, England: Sheffield Academic, 2011/1993], 155). Tuy nhiên, Giô-na 1:3 là lần duy nhất trong Kinh thánh từ ngữ này được dùng cho giá vé, cho nên chúng ta không nên nhấn mạnh quá nhiều về loại vé.

> Nhưng Giô-na liền *trốn qua Ta-rê-si*
>
> *để tránh mặt Đức Giê-hô-va.*
>
> Ông xuống đến Gia-phô
>
> gặp một chiếc tàu *đi qua Ta-rê-si.*
>
> Giô-na trả tiền quá giang
>
> và xuống tàu *đi Ta-rê-si* với họ
>
> *để lánh mặt Đức Giê-hô-va.*

Ba lần tác giả nói đến Ta-rê-si, nơi tiên tri Giô-na muốn đến, và hai lần cho biết mục đích: *để tránh mặt Đức Giê-hô-va.*[119] Sau này, trong 1:10, cũng có cụm từ "ông đã trốn khỏi mặt Đức Giê-hô-va".[120] Khi nghe tin này, các thủy thủ sợ hãi vì họ biết tiên tri Giô-na đang không vâng phục Chúa.

Tại sao Giô-na không vâng phục? Nếu chỉ có chương 1, chúng ta có thể suy đoán lý do là vì người A-si-ri nổi tiếng hung bạo nên ông sợ phải rao giảng sứ điệp phán xét dành cho họ.[121] Hoặc vì ông e rằng ông bị lên án như tiên tri giả nếu Ni-ni-ve ăn năn và không bị huỷ diệt theo lời tiên tri của ông.[122] Tuy nhiên, lý do chính được chính Giô-na tiết lộ trong Giô-na 4:2: ông không muốn họ ăn năn và được Chúa tha thứ.[123]

Tuy nhiên, đến lúc này thì tác giả chưa cho chúng ta biết lý do. Cho nên khi đọc, chúng ta cảm nhận sự gay cấn của câu chuyện: Chúa sẽ xử vị tiên tri nổi loạn này như thế nào? Và tương lai của thành Ni-ni-ve sẽ ra sao?[124]

---

[119]Mặc dù trong BHĐ dùng hai động từ khác nhau ("tránh mặt Đức Giê-hô-va" và "lánh mặt Đức Giê-hô-va"), nhưng trong nguyên văn lặp lại cụm giới từ מִלִּפְנֵי יְהוָה, "từ sự hiện diện của Đức Gia-vê". Trong cả hai lần, BTT dịch "khỏi mặt Đức Giê-hô-va". Từ ngữ này cũng được dùng cho Ca-in trong Sáng 4:16, tương tự như quan sát của thầy thông giáo Ibn Ezra vào thời trung cổ (Sasson, *Jonah*, 78).

[120]Nguyên văn: מִלִּפְנֵי יְהוָה הוּא בֹרֵחַ. So sánh phần đầu của 1:3: וַיָּקָם יוֹנָה לִבְרֹחַ תַּרְשִׁישָׁה מִלִּפְנֵי יְהוָה.

[121]Đó là cách giải thích của Josephus, là nhà sử học Do Thái sống vào thế kỷ 1 SC (Josephus, *Antiquities*, 9.208).

[122]Đó là quan điểm của nhiều người Do Thái từ xưa đến nay. Ví dụ Rabbi Eliezer trong thế kỷ 1 SC. (được trích dẫn trong Limburg, *Jonah*, 104–105) và Adele Berlin ("Rejoinder to John A Miles, Jr, with Some Observations on the Nature of Prophecy", 231).

[123]Limburg, *Jonah*, 42.

[124]Limburg, *Jonah*, 44.

Cảnh 2: Giô-na Và Các Thủy Thủ

1:4 Mặc dù Giô-na có kế hoạch của mình, nhưng Chúa đã hành động nhằm ngăn chặn hành trình bất tuân của tiên tri Giô-na. Câu này bắt đầu bằng việc Chúa thực hiện: "Nhưng Đức Giê-hô-va khiến trận cuồng phong thổi trên biển."[125] Câu chuyện trở nên rất gay cấn vì "chiếc tàu gần bị vỡ".

1:5 Các thủy thủ biết đây là tình trạng nguy hiểm nên họ rất khiếp sợ. Câu này kể lại: "Ai nấy kêu cầu thần của mình." Có lẽ các thủy thủ xuất thân từ những dân tộc khác nhau. Giống như đa số người ở thời Cận Đông Cổ, họ là những người thờ đa thần. Họ tin rằng họ nên kêu cầu nhiều thần để họ được giải cứu.[126] Đây là hành động không giúp ích cho họ, nhưng hành động này cho thấy tâm trạng của họ rất bối rối. Sau khi cầu khẩn các thần, họ nỗ lực hết sức để thoát ra khỏi cơn bão này. Họ ném đồ đạc xuống biển "để cho nhẹ tàu". Như đã đề cập ở trên, đồ đạc này chắc hẳn không phải là hành lý đơn giản của những người đi tàu. Đây là hàng hóa có giá trị mà có lẽ họ định bán ở Ta-rê-si. Ê-xê-chi-ên 27:12–25 mô tả những hàng hóa được đưa qua Ta-rê-si, bao gồm vàng bạc, đồng, sắt, ngà voi, súc vật, lúa mì, mật ong, rượu vàng, dầu, v.v....[127] Các thủy thủ sợ hãi đến mức họ sẵn sàng mất tiền để giải cứu mạng sống của mình. Theo Sasson, việc họ ném hàng hóa xuống không có nghĩa là họ ném hết vì họ còn đủ thức ăn để dâng tế lễ trong 1:16, sau khi họ thoát hiểm.[128]

Trong khi các thủy thủ ráng hết sức, cả bằng nỗ lực tâm linh lẫn thể chất, thì tiên tri Giô-na lại nằm ngủ dưới boong tàu.[129] Ông "nằm và ngủ mê". Câu này gợi cho chúng ta hình ảnh Chúa Giê-xu khi Ngài ngủ trên thuyền trong lúc các môn đồ sợ hãi trước cơn bão trên biển Ga-li-lê, và các môn đồ phải đánh thức Ngài dậy (Mat 8:24–25; Mác 4:38; Lu 8:23–24). Chúng ta không biết thái độ của Giô-na là thể nào, nhưng chúng ta biết rõ tâm trạng của Chúa Giê-xu thông qua lời Ngài. Ngài trách các môn đồ vì họ thiếu đức tin (Mác 4:40), và việc ngủ cho thấy Ngài hoàn toàn tin cậy Đức Chúa Cha. Tuy nhiên, Giô-na là người đang chạy trốn Chúa. Khác với Chúa Giê-xu, Giô-na ngủ mê trong khi ông không vâng phục.

---

[125] Limburg, *Jonah*, 48.

[126] Các thủy thủ ngày xưa rất nghiêm khắc về việc theo đạo, bao gồm chuẩn bị đồ cúng trên tàu để bảo đảm một chuyến đi tốt đẹp (Handy, "Of Captains and Kings", 35).

[127] Limburg, *Jonah*, 49.

[128] Sasson, *Jonah*, 99.

[129] Trong nguyên văn, câu này bắt đầu với *vav* đơn giản và tên của tiên tri Giô-na thay cho *vav* liên tiếp và động từ, cho thấy mệnh đề này là thông tin bối cảnh, không phải là hành động chính của câu chuyện: וְיוֹנָה יָרַד אֶל־יַרְכְּתֵי הַסְּפִינָה.

1:6 Vị thuyền trưởng không thể tin Giô-na có thể ngủ được trong cơn bão như thế. Ông kêu gọi Giô-na:

> "Hãy trỗi dậy!
> Hãy kêu cầu thần của ông.
> Có lẽ vị thần ấy sẽ nhớ lại chúng ta thì chúng ta thoát chết."

Khi kêu Giô-na dậy, lời của vị thuyền trưởng nghe giống với lời của Chúa trong câu 1.[130] Tuy nhiên, vị thuyền trưởng kêu gọi Giô-na hãy kêu cầu thần của mình, cho thấy vị thuyền trưởng ấy sẵn sàng nương cậy vào bất cứ thần nào có thể giải cứu họ. Theo cách suy nghĩ của người ở vùng Cận Đông Cổ, các thần có thể làm ngơ trước những người cầu nguyện, không cần phải dõi theo hay bảo vệ họ như Đức Gia-vê.[131] Vị thuyền trưởng này nói: "Có lẽ vị thần ấy sẽ nhớ lại chúng ta thì chúng ta thoát chết." Đây không phải là đức tin xác quyết. Ông không biết gì về lời hứa của Đức Gia-vê. Ông là người thực dụng: thần nào cũng được, miễn là giải cứu được mình.

1:7 Khi việc cầu nguyện với các thần không hiệu quả, các thủy thủ bắt thăm để tìm xem ai là người đã làm cho các thần nổi giận, nguyên do của cơn bão. Họ cho rằng nguyên do của cơn bão ấy là một vị thần nào đó đang hình phạt một người phạm tội.[132] Vào thời Cựu Ước, người ta bắt thăm để biết về ý muốn của các thần.[133] Và lần này "thăm trúng nhằm Giô-na," có nghĩa tiên tri Giô-na là nguyên nhân của cơn bão. Tác giả không nghi ngờ kết quả của việc bắt thăm ở đây, và chúng ta biết một điều mà các thủy thủ chưa hề biết: Giô-na là vị tiên tri chạy trốn khỏi sự hiện diện của Chúa.

Nghiên cứu thêm: Bắt thăm

Bắt thăm là một phong tục xa lạ đối với chúng ta ngày nay. Khi nghĩ đến bắt thăm, chúng ta có thể nghĩ đến bói toán hoặc một người tin vào sự may rủi hơn là tin nơi lời Chúa. Kinh thánh nghiêm cấm bói toán.[a]

---

[130] Động từ được dịch là "trỗi dậy" là cùng động từ Đức Gia-vê dùng để kêu gọi tiên tri Giô-na trong 1:1: קוּם.

[131] Stuart, *Hosea-Jonah*, 459.

[132] Limburg, *Jonah*, 51.

[133] W. Lee Humphreys, "lot, lots", btv. Mark Allan Powell, *The HarperCollins Bible Dictionary* (New York: HarperCollins, 2011), 570. Brent Strawn lý luận rằng đây là phong tục chủ yếu của người Y-sơ-ra-ên, không phải của người Ca-na-an. Cũng như người thành Ni-ni-ve biết ăn năn trong ch. 3, họ cũng biết tìm ý Chúa như người Y-sơ-ra-ên ("Jonah's Sailors and Their Lot Casting: A Rhetorical-Critical Observation", *Biblica* 91 [2010]: 73–74).

Nhưng Kinh thánh không cấm bắt thăm. Ngược lại, trong Kinh thánh, một số lần Đức Gia-vê quy định phải bắt thăm:

- Lê-vi Ký 16 chỉ dẫn về những nghi lễ của Đại lễ chuộc tội. Trong đó, người Y-sơ-ra-ên phải bắt thăm để chọn con dê để làm của lễ chuộc tội (Lê 16:8–10).
- Trong Dân Số Ký, Đức Gia-vê yêu cầu người Y-sơ-ra-ên chia đất hứa bằng cách bắt thăm (Dân 26:55–56; 33:54; 34:13; 36:2–3).
- Sách Giô-suê kể lại việc bắt thăm để phân chia đất (Giôs 14:2; 18:6; v.v...).
- Sa-mu-ên đã bắt thăm để chọn Sau-lơ làm vị vua đầu tiên của Y-sơ-ra-ên (1 Sa 10:20–21).
- Thời Đa-vít, họ bắt thăm để phân chia công việc của các thầy tế lễ và người Lê-vi (1 Sử 24:5; 25:8; 26:13–14).

Châm Ngôn 16:33 cho rằng kết quả của việc bắt thăm thuộc về Đức Gia-vê.[b] Bắt thăm không chỉ dành cho Cựu Ước. Sau khi Giu-đa Ích-ca-ri-ốt phản Chúa Giê-xu, hội thánh đầu tiên chọn ra vị sứ đồ thay thế thứ 12 bằng cách bắt thăm (Công 1:26). Dường như bắt thăm là một tục lệ Đức Chúa Trời chấp nhận và sử dụng để qua đó, Ngài hướng dẫn con dân Ngài.

Vậy ngày nay Chúa còn hướng dẫn con dân Ngài bằng việc bắt thăm không? Đức Chúa Trời có thể hướng dẫn con dân Ngài bằng bất cứ cách nào Ngài muốn. Tuy nhiên, trong Kinh thánh, việc bắt thăm chủ yếu được sử dụng trong tình huống quan trọng trong lịch sử cứu chuộc. Sau khi Ma-thia được chọn làm sứ đồ (trong Công Vụ 1:26), không có bản văn nào khác trong Kinh thánh ký thuật việc Hội thánh bắt thăm. Có vẻ như Đức Chúa Trời thích sử dụng Lời Ngài và Thánh Linh Ngài hơn là bắt thăm. Ngoài ra, chúng ta không rõ người xưa bắt thăm như thế nào. Có thể 1 Sa-mu-ên 14:41–42 cho ta một số manh mối, nhất là khi kết quả là "có" hay "không".[c] Stuart đoán rằng thăm giống như xúc sắc, nhưng thay vì các mặt có số thì sẽ có mặt sáng và mặt tối.[d] Nhưng chúng ta không biết chắc chắn về việc bắt thăm trong Kinh thánh.[e] Vì vậy, tốt nhất là chúng ta nên tìm hiểu Lời Chúa và áp dụng sự khôn ngoan Chúa ban cho (Gia-cơ 1:5).

---

[a]Sasson, *Jonah*, 108.

[b]Sasson, *Jonah*, 108.

[c]Sasson, *Jonah*, 110.

[d]Stuart, *Hosea-Jonah*, 459.

ᵉThuật ngữ bắt thăm không nói chi tiết và có thể nói đến nhiều phương pháp khác nhau (Strawn, "Jonah's Sailors and Their Lot Casting", 69–70).

1:8 Sau khi thăm trúng nhắm tiên tri Giô-na, mọi thủ thủy nhìn ông, và một đại diện đã chất vấn ông:

> "Hãy cho chúng ta biết *vì cớ gì* mà tai họa nầy đổ xuống trên chúng ta? Ông *làm nghề gì* và *từ đâu đến*? Ông *từ nước nào đến*? *Thuộc về dân nào*?"

Một số câu hỏi mà họ đặt ra cũng chính là câu hỏi chúng ta thường đặt cho một người lần đầu tiên chúng ta gặp. Hình như các thủ thủy chưa quan tâm đến tiên tri Giô-na cho đến khi họ biết ông là nguyên nhân khiến họ có thể bị chết chìm dưới biển. Câu hỏi đầu tiên cho thấy họ tin kết quả của việc bắt thăm là chính xác.

1:9 Câu này chứa đựng lời trích dẫn đầu tiên của tiên tri Giô-na. Theo cách Limburg phân tích cảnh này, lời trích dẫn ấy nằm ở vị trí trung tâm của cảnh,[134] có nghĩa là đây là thời điểm quan trọng trong câu chuyện. Giô-na đáp lại một cách vắn tắt, không trực tiếp trả lời câu hỏi đầu tiên. Thay vào đó, ông giải thích ông là ai và đến từ dân tộc nào. Ông nói "Tôi là người Hê-bơ-rơ" không phải "người Y-sơ-ra-ên", cũng không xác định chi tộc. Như vậy, Giô-na chỉ xác định ông thuộc dân tộc nào so với các thủy thủ.[135]

Tuy nhiên, phần tiếp theo là phần quan trọng nhất. Ông là người "kính sợ Đức Giê-hô-va là Đức Chúa Trời trên trời, Ngài đã làm nên biển và đất khô" (so sánh Thi 95:5). Câu này giống như một quả bom nổ trong thế giới đa thần của họ vì câu này khẳng định Đức Gia-vê là Chúa của toàn thể thế giới. Thế giới của các thủy thủ chỉ bao gồm biển và đất khô.[136] Trên biển, họ quan tâm đến hai thần. Họ quan tâm đến Ba-anh. Theo người Ca-na-an, Ba-anh là thần bão tố. Vì vậy có thể họ sợ thần Ba-anh tức giận với họ, khiến cơn bão này xảy ra. Cho nên khi tiên tri Giô-na nói đến Đức Chúa Trời *trên trời*, họ biết họ phải kính sợ Đức Gia-vê, không phải thần Ba-anh. Ngoài ra, câu này chống lại tư tưởng của người Ca-na-an cho rằng biển (*yam*) chính

---

[134]Limburg, *Jonah*, 53.

[135]Sasson, *Jonah*, 117. Áp-ra-ham (Sáng 14:13), Giô-sép (Sáng 39:14, v.v...), và Môi-se (Xuất 2:6, v.v...) cũng được gọi là người Hê-bơ-rơ để xác định dân tộc của họ.

[136]Học giả gọi cách nói này là *merismus*, có nghĩa một cụm từ ngắn gọn để nói về toàn thể (Wilfred G. E Watson, *Classical Hebrew Poetry: A Guide to Its Techniques*, JSOTSup 26 [Sheffield: JSOT Press, 1984], 321). Nhiều lúc, có cặp từ ngữ là hai phần bổ sung cho nhau hoặc là hai cực của toàn thể. Ví dụ, Sáng 1:1 cũng có *merism* "trời và đất". Hoặc xem Thi 92:3: "Rao truyền lòng nhân từ Chúa vào *mỗi buổi sáng*, và sự thành tín của Ngài vào *ban đêm*" nhấn mạnh tác giả luôn luôn rao truyền sự thành tín của Chúa (Watson, *Classical Hebrew Poetry*, 322).

là vị thần tên là Yam. Đúng hơn, Đức Gia-vê là Đấng tể trị biển cả.[137] Đức Gia-vê là Đấng tể trị mọi nơi chốn, dù họ ở dưới biển hay trên đất khô.

1:10 Câu này giải thích thêm về sự sợ hãi của các thủy thủ. Tác giả cho biết Giô-na đã "trốn khỏi mặt" Đức Gia-vê, "vì ông đã khai với họ" như vậy. Chẳng trách họ sợ hãi! Giô-na không thể nào trốn khỏi Đấng "làm nên biển và đất khô" (Thi 139:7–12), nên họ cũng không thể trốn khỏi Ngài. Có lẽ câu hỏi của các thủy thủ "Ông đã làm chuyện gì vậy?" không phải là câu hỏi thật mà là một cách bày tỏ cảm giác bị sốc.[138] Ở những phân đoạn khác trong Cựu Ước cũng có câu hỏi này (Sáng 3:13; 12:18; 26:10; 29:25; Xuất 14:11), người nói dùng câu hỏi này để lên án một quyết định dại dột.[139]

1:11 Nếu họ không thể trốn khỏi Đức Gia-vê, họ phải làm gì để Ngài hài lòng? Trong thời Cận Đông Cổ, cũng như một số nơi ngày nay, dân chúng tin rằng họ phải làm cho các thần hài lòng hầu cho họ được phát đạt và bình an. Trong tình huống này, các thủy thủ lại có thái độ đúng hơn cả tiên tri Giô-na. Trong khi vị tiên tri này tìm cách trốn khỏi Đức Gia-vê, thì các thủy thủ theo đa thần lại nhận biết họ cần phải kính sợ Đức Gia-vê. Họ đặt ra câu hỏi đơn giản: "Chúng tôi phải làm gì với ông để cho biển yên lặng cho chúng ta?" Phần tiếp theo giải thích thêm rằng "biển càng lúc càng động dữ dội". Mỗi giây phút không đẹp lòng Chúa thì họ lại lâm vào tình trạng nguy hiểm hơn.

1:12–13 Giô-na trả lời rằng họ phải ném ông xuống biển vì chính ông là nguyên do khiến họ gặp trận bão này. Có thể tiên tri Giô-na quan tâm đến các thủy thủ, nhưng nếu vậy, tại sao ông lại không giúp họ quăng đồ đạc xuống biển mà lại lăn ra ngủ dưới boong tàu? Vì lý do đó, Landes cho rằng lý do ông muốn bị ném xuống biển là vì khi ấy ông sẽ được chết và khỏi phải đi đến thành Ni-ni-ve để rao giảng sứ điệp ăn năn để rồi dân thành được giải cứu.[140] Giô-na quyết tâm vô cùng! Các thủy thủ không thích lời đề nghị này vì họ không muốn giết người vô tội. Họ "ra sức chèo vào bờ nhưng không được" (1:13). Nghịch lý là, tiên tri Giô-na, người quen với đất liền lại muốn bị ném xuống biển, còn các thủy thủ chuyên đi lại trên biển lại muốn tìm cách trở về đất liền.[141]

---

[137] Bosma, "Jonah 1:9—An Example of Elenctic Testimony", 78.

[138] Sasson, *Jonah*, 120–21.

[139] Youngblood, *Jonah*, 79.

[140] George M. Landes, "Textual 'Information Gaps' and 'Dissonances' in the Interpretation of the Book of Jonah", trong *Ki Baruch hu: Ancient Near Eastern, Biblical, and Judaic Studies in Honor of Baruch A. Levine*, 1999, 282.

[141] Christopher Meredith, "The Conundrum of ḥtr in Jonah 1:13", *Vetus testamentum* 64 (2014): 152. Cách dịch của tiếng Việt không cho thấy hình ảnh khác thường cho công việc

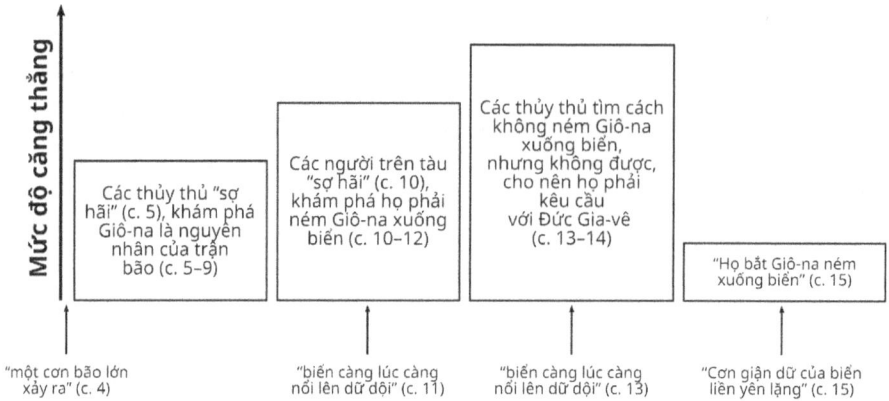

Việc họ tìm cách chèo vào bờ có thể ngụ ý rằng cơn bão này xảy ra không lâu sau khi họ khởi hành.[142]

1:14–15 Từ khi các thủy thủ bắt đầu nói chuyện với tiên tri Giô-na, mức độ căng thẳng của câu chuyện tăng lên từng bước. Từng bước họ khám phá điều mới về Giô-na, và từng bước biển nổi lên dữ dội hơn. Đỉnh điểm của câu chuyện là lúc các thủy thủ cầu nguyện với Đức Gia-vê (1:14), và cách giải quyết mâu thuẫn là hành động ném Giô-na xuống biển (1:15). Xem biểu đồ bên dưới.

Khi so sánh nội dung của lời cầu nguyện (1:14) và hành động (1:15), chúng ta thấy các thủy thủ miễn cưỡng ném Giô-na xuống biển. Tuy nhiên, họ làm theo sự chỉ dẫn của vị tiên tri của Đức Gia-vê. Như vậy, các thủy thủ, mặc dù họ là người thờ nhiều thần khác nhau (1:5), cuối cùng đã kính sợ Đức Gia-vê (1:10), kêu cầu Ngài và quan tâm đến mạng sống của tiên tri Giô-na (1:13–14), dù ông là nguyên nhân của trận bão khiến họ mất đi tài sản. Khi so sánh với tiên tri Giô-na, thì những người ngoại quốc này lại là người tốt hơn Giô-na.

---

của các thủy thủ. Từ חָתַר có nghĩa là "đào qua", giống như Đức Gia-vê yêu cầu Ê-xê-chi-ên: "Hỡi con người, hãy đục tường ấy đi" (Êxê 8:8). Các học giả suy đoán về lý do tác giả sử dụng hình ảnh này, hoặc để nhấn mạnh công sức của các thủy thủ hoặc để nhấn mạnh công việc của họ là vô ích (xem thêm Meredith, "The conundrum of ḥtr in Jonah 1", 148, 151). Meredith lý luận rằng vì động từ này được dùng cho công việc của một tên cướp đào qua tường một cách âm thầm và bất hợp pháp, tác giả muốn nhấn mạnh các thủy thủ ở đây không tuân theo ý muốn của Chúa ở đây. Dĩ nhiên Chúa không cho phép họ thành công, và cuối cùng họ phải ném tiên tri Giô-na xuống biển ("The conundrum of ḥtr in Jonah 1", 152).

[142] Stuart, *Hosea-Jonah*, 456.

Ngoài ra, trong câu 14, họ cầu nguyện với Đức Gia-vê, trong khi đó Giô-na dường như thiếu cầu nguyện.[143] Khi các thủy thủ cầu nguyện, họ quan tâm đến vấn đề "máu vô tội". Họ không muốn giết người vô tội cho nên họ xin Chúa thương xót họ. Đây là lời cầu nguyện gần giống Phục Truyền 21:8.[144]

Một điều thú vị nữa là lý do trong lời cầu nguyện của các thủy thủ trong câu 14: "Lạy Đức Giê-hô-va vì chính Ngài là Đấng đã làm điều mình muốn (כַּאֲשֶׁר חָפַצְתָּ עָשִׂיתָ)". Câu này giống như Thi Thiên 115:3b và 135:6a:

Đức Chúa Trời chúng ta ở trên các tầng trời;
Ngài làm bất cứ điều gì vừa ý Ngài (כֹּל אֲשֶׁר־חָפֵץ עָשָׂה). (Thi 115:3)

Đức Giê-hô-va làm bất cứ điều gì đẹp ý Ngài (כֹּל אֲשֶׁר־חָפֵץ יְהוָה עָשָׂה),
Dù ở trên trời hay dưới đất,
Trong biển hay trong các vực sâu. (Thi 135:6)

Hai thi thiên này mô tả Đức Gia-vê là Thiên Chúa trổi hơn thần tượng của các nước (Thi 115:4–8; 135:5). Như vậy, Đức Gia-vê không những giải cứu người Y-sơ-ra-ên mà còn giải cứu các dân tộc khác vì Ngài tể trị cả thế giới.[145] Và các thủy thủ tôn cao sự tể trị của Chúa trước khi họ biết Ngài sẽ giải cứu họ, có thể cho thấy họ đã thực sự cải đạo và đi theo Đức Gia-vê.[146]

Sau khi cầu nguyện, họ "ném [Giô-na] xuống biển".[147] Theo câu 4, trong nguyên văn, Đức Gia-vê đã "ném cơn gió lớn trên biển".[148] Động từ được dịch là "ném" cũng được dùng cho việc ném hàng hóa xuống biển trong câu 5.[149] Giải pháp của thủy thủ giống như hành động hình phạt tiên tri Giô-na của Đức Gia-vê—đó là "ném".

---

[143] Youngblood, *Jonah*, 83.

[144] Stuart, *Hosea-Jonah*, 463.

[145] Timmer, "The Intertextual Israelite Jonah Face À L'empire", 17.

[146] Timmer, "The Intertextual Israelite Jonah Face À L'empire", 15. Stuart giới hạn phạm vi ý nghĩa của câu này bằng cách cho rằng họ chỉ muốn nói Ngài đã làm việc Ngài muốn làm với tiên tri Giô-na (Stuart, *Hosea-Jonah*, 464). Tuy nhiên, ngôn ngữ của họ không phải giới hạn mà là nói chung.

[147] Tiếng Hê-bơ-rơ: וַיְטִלֻהוּ אֶל־הַיָּם.

[148] Tiếng Hê-bơ-rơ: הֵטִיל רוּחַ־גְּדוֹלָה אֶל־הַיָּם.

[149] Stuart, *Hosea-Jonah*, 464.

1:5	"Các thủy thủ đều sợ hãi"	וַיִּירְאוּ הַמַּלָּחִים
1:10	"Những người trên tàu *rất*[150] sợ hãi"	וַיִּירְאוּ הָאֲנָשִׁים יִרְאָה גְדוֹלָה
1:16	"những người ấy *rất kính sợ Đức Giê-hô-va*"	וַיִּירְאוּ הָאֲנָשִׁים יִרְאָה גְדוֹלָה אֶת־יְהוָה

Mức độ sợ hãi tăng lên từ câu 5 đến câu 10 và đến đỉnh điểm ở câu 16 khi họ kính sợ Đức Gia-vê và nhận biết rằng Ngài là Đấng vĩ đại.[151]

Sứ điệp cho hội thánh

Để tìm hiểu sứ điệp dành cho hội thánh, chúng ta cần phải xem xét hai nhân vật con người ở đây: tiên tri Giô-na và các thủy thủ. Qua họ chúng ta thấy ý muốn của Chúa đó là: chúng ta hướng lòng về đúng đối tượng, là chính Chúa, thông qua sự vâng phục và cầu nguyện.

Kinh nghiệm của tiên tri Giô-na

Những sự kiện tác giả kể lại trong đoạn thứ nhất của sách Giô-na vừa xa lạ vừa gần gũi với chúng ta. Những sự kiện này xa lạ với chúng ta ở chỗ chúng ta không biết người A-si-ri ngày xưa, chúng ta cũng không phải là tiên tri của Đức Gia-vê thời Cựu Ước. Tuy nhiên, những điều gần gũi với chúng ta lại nhiều hơn.

Trước hết, chúng ta cũng giống như tiên tri Giô-na khi thiếu lòng yêu thương dành cho người lân cận, nhất là những người đã làm hại chúng ta. Yêu kẻ thù không phải là việc dễ làm. Có thể chúng ta e rằng nếu chúng ta làm việc thiện cho kẻ thù thì chúng ta sẽ tiếp tục bị hãm hại. Có thể chúng ta chất chứa đầy lòng ghen ghét đối với người đã lợi dụng chúng ta, do đó chúng ta không thể yêu họ. Với người yêu mến Chúa, chúng ta không tìm cách trả thù, nhưng có lẽ chúng ta tìm cách tránh mặt để khỏi phải đối diện với họ. Không phải gặp họ, chúng ta cảm thấy nhẹ nhàng, không tức giận.

---

[1]Bản Truyền Thống Hiệu Đính thiếu tính từ ở đây. Tuy nhiên, trong nguyên văn, ngoài động từ "họ sợ hãi" (וַיִּירְאוּ), cũng có cụm danh từ "sợ hãi lớn" (יִרְאָה גְדוֹלָה), chia sẻ cùng căn tố là ירא. Nếu bám sát nguyên văn thì có thể dịch "họ sợ hãi một sự sợ hãi lớn". Trong ngữ pháp tiếng Hê-bơ-rơ, đó là phép đối cách nội bộ (internal accusative), trong trường hợp này nhấn mạnh mức độ sợ hãi cao của họ (Bruce K. Waltke và Michael P. O'Connor, *An Introduction to Biblical Hebrew Syntax* [Winona Lake, IN: Eisenbrauns, 1990], §10.2.1.g).

[151]Sasson, *Jonah*, 138.

Tuy nhiên, trừ một số tình huống thật sự gây nguy hiểm,[152] thì điều đó có thể giống với hành động của tiên tri Giô-na khi ông trốn Chúa, đi qua Ta-rê-si.

Chúa Giê-xu dạy chúng ta cách chúng ta cần đối xử với kẻ thù:

> "Các con có nghe lời dạy rằng: 'Hãy thương yêu người lân cận, và hãy ghét kẻ thù nghịch.' Nhưng Ta bảo các con: *Hãy thương yêu kẻ thù nghịch và cầu nguyện cho* kẻ bắt bớ các con *để các con được trở nên con của Cha các con ở trên trời*, vì Ngài khiến mặt trời mọc lên chiếu sáng kẻ gian ác lẫn người lương thiện, ban mưa cho người công chính lẫn người bất chính." (Mat 5:43–45)

Sự khôn ngoan của Chúa Giê-xu được đặt nền tảng trên bản tính của Đức Chúa Trời. Ngài là Đấng yêu thương kẻ thù bằng cách ban mưa cho mọi người, cho cả người công chính lẫn người bất chính (5:45). Tiên tri Giô-na đã biết điều đó qua Xuất Ê-díp-tô Ký 34:6–7 (xem Giô-na 4:2). Nhưng ông không chấp nhận chân lý đó và tìm cách né tránh việc phải yêu thương kẻ thù như Chúa đã yêu kẻ thù của Ngài. Nếu chúng ta hành động như Giô-na thì chúng ta đang không sống như người được Đức Chúa Cha thương yêu. Giống như Chúa Giê-xu dạy, chúng ta phải yêu thương và cầu nguyện cho họ.

Yêu thương họ như thế nào? Đối với tiên tri Giô-na, đó là công bố lời Chúa cho họ. Đối với chúng ta cũng vậy., Chúa Giê-xu bảo hội thánh phải "đi khiến muôn dân trở nên môn đồ" của Ngài (Mat 28:19), dù họ thuộc bất cứ dân tộc nào.

Kinh nghiệm của các thủy thủ

Còn các thủy thủ dạy chúng ta điều gì? Trong Giô-na chương 1, các thủy thủ nêu tấm gương yêu thương cho tiên tri Giô-na. Họ tìm mọi cách để không phải ném Giô-na xuống biển. Tuy nhiên, việc ném ông xuống biển lại là giải pháp Chúa chọn để kỷ luật và giúp Giô-na vâng phục Ngài cho nên họ không thể không làm. Họ miễn cưỡng làm điều có thể tổn hại đến Giô-na. Họ rất khác với Giô-na. Ông cũng miễn cưỡng. Nhưng ông miễn cưỡng làm việc lành cho dân thành Ni-ni-ve khi ông công bố lời Chúa cho họ.

Cũng vậy, các thủy thủ vốn là người cầu khẩn các thần của họ, đi ngược với ý muốn của Đức Gia-vê. Tuy nhiên, họ đã bắt đầu cầu khẩn Đức Gia-vê.

---

[152] Chúng ta phải áp dụng lời Chúa một cách khôn ngoan. Có khi việc tiếp xúc với kẻ thù là việc thật sự nguy hiểm, ví dụ như khi một ông chồng thường xuyên đánh vợ hoặc khi kẻ thù chĩa súng vào bạn. Ngay cả sứ đồ Phao-lô cũng đã chạy trốn kẻ thù khi họ lập mưu giết ông ở Đa-mách (Công 9:23–25).

Đây là một ví dụ cho việc người ngoại tin cậy Đức Gia-vê.[153] Chúng ta không biết chắc chắn họ đã thực sự tin Chúa và được cứu hay chưa, nhưng nó cho thấy người thờ hình tượng có thể được biến đổi.

Qua tất cả, chúng ta nhìn thấy Phúc Âm của Đức Chúa Trời: Ngài là Đấng yêu thương. Ngài yêu thương Giô-na bằng sự kỷ luật. Ngài yêu thương các thủy thủ ngoại bang bằng cách nhận lời kêu cầu của họ và giải cứu họ. Cảm ơn Chúa vì qua câu chuyện này, chúng ta biết Ngài sẵn sàng kỷ luật và giải cứu những tội nhân đáng chết như chúng ta.

---

[153]Có thể đây là sự kiện điềm báo sự ăn năn của người thành Ni-ni-ve trong ch. 3 (Youngblood, *Jonah*, 66).

Giô-na 2:1–11

Trong Giô-na chương 1, chúng ta đã gặp vị tiên tri không vâng phục Chúa khi Ngài kêu gọi ông đến thành Ni-ni-ve để tố cáo tội ác của họ. Tác giả không cho biết lý do Giô-na không muốn công bố lời phán xét trên Ni-ni-ve. Tuy nhiên, khi ông lên tàu trốn qua Ta-rê-si, Chúa tạo ra cơn bão lớn để đe dọa tàu. Đến cuối Giô-na chương 1, theo đề nghị của tiên tri Giô-na, các thủy thủ đã ném ông xuống biển (1:15), và sau đó "cơn giận dữ của biển liền yên lặng". Các thủy thủ được cứu và hứa nguyện ngợi khen Đức Gia-vê (1:16). Tuy nhiên, mối quan tâm của chúng ta hiện giờ là: Tiên tri Giô-na thế nào? Giô-na chương 2 trả lời câu hỏi đó và kết lại bằng lời tuyên bố về chân lý: sự cứu đến từ Đức Gia-vê (2:10c).

Một số học giả quan sát thấy thái độ của tiên tri Giô-na trong bài cầu nguyện của ông hình như khác với hành động của ông trong phần còn lại của sách. Mặc dù trong chương 2, ông nói như một người yêu mến Chúa, nhưng hành động của ông thì ngược lại, nhất là khi ông trốn qua Ta-rê-si để tránh việc giảng lời Chúa cho dân thành Ni-ni-ve (1:3) và phàn nàn khi Chúa tha thứ cho dân thành ấy (4:2–3). Vì vậy, họ cho rằng thể loại văn chương của sách là châm biếm, được bịa ra để phê bình các tiên tri.[154]

Tuy nhiên, sự khác biệt giữa lời cầu nguyện và hành động của tiên tri Giô-na có thể được lý giải theo hai cách liên hệ đến nhau. Thứ nhất, Giô-na là nhân vật thực tế. Đôi lúc thái độ của chúng ta có thể đúng trong lĩnh vực này nhưng lại sai trong lĩnh vực khác. Vì vậy, chúng ta đồng cảm với ông, và vì vậy chúng ta sẵn sàng lắng nghe điều Chúa muốn dạy dỗ chúng ta qua tiên tri Giô-na. Thứ hai, việc ông quan tâm đến lợi ích cá nhân hoàn toàn phù hợp với hành động của ông. Theo chương 4 giải thích, Giô-na không muốn Chúa tha thứ cho dân thành Ni-ni-ve. Ông không muốn Chúa thương xót và cứu chuộc kẻ thù, nhưng ông muốn Chúa thương xót ông. Như vậy, Giô-na không phải là nhân vật hoàn toàn tiêu cực (chẳng hạn, ông vẫn tôn

---

[154] Ackerman, "Satire and Symbolism in the Song of Jonah", 216. Xem thêm trong **Phụ Lục: Thể loại Văn chương của Sách Giô-na.**

vinh Chúa khi được giải cứu), nhưng ông cũng không phải là nhân vật hoàn toàn tích cực. Ông là tội nhân như chúng ta. Vì vậy, sách Giô-na có sứ điệp quan trọng dành cho chúng ta.

Phân tích cấu trúc bài thơ

Trong chương 2, sách Giô-na làm gián đoạn câu chuyện chính về tiên tri Giô-na và thành Ni-ni-ve bằng một bài thơ. Nhiều chuyện kể trong Cựu Ước tạm gián đoạn câu chuyện bằng một bài thơ để tóm lại các vấn đề quan trọng nhất.[155] Đây là cơ hội cho Giô-na cũng như người đọc suy ngẫm về ý nghĩa của những sự kiện đã xảy ra.[156] Trong trường hợp này, tác giả ghi lại lời cầu nguyện của Giô-na. Ngôn ngữ và hình ảnh về biển, vực sâu và cõi chết cũng xuất hiện trong Thi Thiên 18:5–7 và 2 Sa-mu-ên 22:5–7.[157] Khác với đa số thi thiên, bài thơ này được giới thiệu và kết thúc bằng chuyện kể. Tôi gọi phần chuyện kể kiểu này là khung tường thuật. Khung tường thuật này giới thiệu vấn đề Giô-na bị một con cá lớn nuốt (2:1–2) và giải thích rằng con cá đã nhả ông ra đất khô (2:11). Ba câu đó cho chúng ta biết bối cảnh lịch sử của bài thơ. Là một chuyện kể, giống như chương 1, 3, và 4, khung tường thuật này nói rõ cách Chúa giải cứu Giô-na ra khỏi biển là thông qua một con cá lớn (2:1–2). Tuy nhiên, trong bài thơ, Giô-na lại không nói gì về con cá. Thay vì nói ông ở trong "bụng cá" (2:1–2), ông nói mình ở "bụng âm phủ" (2:3) hoặc "vực sâu" (2:4, 6). Qua đó chúng ta biết rằng bài thơ này có văn phong riêng, khác với chuyện kể. Bài thơ tập trung vào cảm xúc của tiên tri Giô-na và mối quan hệ giữa ông với Chúa.

Để tìm hiểu bài thơ, chúng ta phải quan sát cấu trúc của nó. Ngoài khung tường thuật, chương này bày tỏ lời cầu nguyện của Giô-na theo ba khía cạnh qua sáu tiểu đoạn riêng biệt:

A - Giô-na kêu cầu Chúa (2:3, 5, 7c–8).

B - Giô-na mô tả tình trạng của ông (2:4).

A' - Giô-na kêu cầu Chúa (2:5).

B' - Giô-na mô tả tình trạng của ông (2:6–7b).

---

[155] Stuart, *Hosea-Jonah*, 470.

[156] Youngblood, *Jonah*, 92.

[157] Ngôn ngữ và hình ảnh về biển, vực sâu và cõi chết cũng xuất hiện trong Thi Thiên 18:5–7 và 2 Sa-mu-ên 22:5–7 (Cross, "Studies in the Structure of Hebrew Verse", 160). Cross cũng đề cập đến Thi 40:3 [tiếng Hê-bơ-rơ: 40:2]; 42:7 [tiếng Hê-bơ-rơ: 42:8]; 69:1–2, 14–15 [tiếng Hê-bơ-rơ 69:2–3, 15–16]; 88:4–7 [tiếng Hê-bơ-rơ: 88:5–8]; và Gióp 38:16–17.

A'' - Giô-na kêu cầu Chúa (2:7c–8).

C - Giô-na hứa nguyện ngợi khen (2:9–10).

Ngoài ra, ba trong sáu tiểu đoạn cũng làm chứng về công việc của Chúa. Từ đầu bài thơ, Giô-na đi xuống (2:3 xuống "bụng âm phủ"; 2:4, 6 xuống "vực sâu"; 2:7 "xuống đến chân nền các núi"). Bước ngoặt của bài thơ nằm trong 2:7c khi Giô-na được Chúa nâng lên (2:7c: "Ngài đã đem mạng sống con lên khỏi hầm hố!").[158] Xem biểu đồ ở dưới:

Khung tường thuật: Tình huống ban đầu và mâu thuẫn: Giô-na ở trong bụng cá (2:1–2)

A – Trong bụng cá, [Giô-na] kêu cầu, làm chứng về Chúa (2:3)

B - Mô tả tình trạng dưới vực sâu (2:4)

A' - Kêu cầu Chúa ở đền thánh (2:5)

B' - Mô tả tình trạng dưới vực sâu, làm chứng về Chúa (2:6–7b)

(Bước ngoặt: Giô-na đã đi xuống; bây giờ ông được nâng lên)

A'' - Kêu cầu Chúa nơi đền thánh, làm chứng về Chúa (2:7c–8)

C - Hứa nguyện ngợi khen (2:9–10)

Khung tường thuật: Giải pháp và tình huống cuối: con cá nhả Giô-na ra trên đất khô (2:11)

Lời cầu nguyện của Giô-na vừa mô tả tâm trạng của ông khi ở dưới biển vừa xác quyết rằng mối quan hệ với Chúa là điều quý báu đối với Giô-na. Đỉnh điểm của bài cầu nguyện là mệnh đề cuối cùng trong câu 10c: "Sự cứu đến từ Đức Giê-hô-va!" Thật ra, trong nguyên văn, mệnh đề này chỉ bao gồm hai cụm từ (יְשׁוּעָתָה לַיהוָה). Câu ngắn gọn này vừa tuyên bố kết luận của bài thơ, vừa tóm tắt sứ điệp cho phần đầu của sách Giô-na.[159]

Như vậy, mặc dù trong chương 1 tiên tri Giô-na là người không vâng phục Chúa, nhưng lời cầu nguyện của ông trong chương 2 mô tả ông như

---

[158] Bài thơ này bắt đầu với Giô-na ở dưới bụng âm phủ (2:3), bị Chúa ném "xuống vực sâu" (2:4) và "xuống đến chân nền các núi" (2:7), nhưng trong 2:7c Chúa "đem mạng sống [của ông] lên khỏi hầm hố." Christensen phân tích 2:7c là điểm bài thơ thay đổi từ xuống đến lên (Duane L. Christensen, "Andrzej Panufnik and the Structure of the Book of Jonah: Icons, Music and Literary Art", *Journal of the Evangelical Theological Society* 28 [1985]: 138; cũng xem Michael L. Barré, "Jonah 2:9 and the Structure of Jonah's Prayer", *Biblica* 72 [1991]: 244).

[159] Cũng xem Wendland, "Text Analysis and the Genre of Jonah (Part 2)", 385.

một người Y-sơ-ra-ên yêu mến Chúa.[160] Là người yêu mến Chúa, chúng ta có thể đồng cảm với tiên tri Giô-na. Mặc dù tác giả giúp chúng ta cảm thông với Giô-na nhưng sau đó ông cũng dẫn chúng ta đến chỗ phản đối thái độ của Giô-na trong chương 4. Qua đó, chúng ta được khích lệ để áp dụng bài học của sách Giô-na cho chính đời sống mình.[161]

Tìm hiểu chi tiết

2:1 Trong các bản dịch tiếng Anh, 2:1 là câu cuối của chương 1 (tức là câu 17).[162] Có lẽ dựa vào truyền thống tiếng Anh, một số bản dịch tiếng Việt cũng phân chia như vậy, trong đó có bản Kinh thánh Hiện Đại, Bản Dịch Mới (2001), Bản Dịch 2011 (Mục sư Đặng Ngọc Báu) và Bản Phổ Thông. Tuy nhiên, Bản Truyền Thống, Bản Hiệu Đính Truyền Thống lại theo Kinh thánh tiếng Hê-bơ-rơ, Bản LXX và Bản Vulgata. Sách giải nghĩa này đi theo Bản Hiệu Đính Truyền Thống và nguyên văn.

Như vậy, câu 1 trả lời câu hỏi về tình trạng của tiên tri Giô-na. Khi các thủy thủ trên tàu vui mừng, thì tiên tri Giô-na lại ở dưới lòng biển sâu. Nhưng Đức Gia-vê vẫn thương xót ông và giải cứu ông một cách kỳ diệu.[163] Ngài "chuẩn bị một con cá lớn để nuốt[164] Giô-na", để ông không chết đuối mà được "ở trong bụng cá ba ngày ba đêm". Việc Đức Gia-vê "chuẩn bị một con cá lớn" bày tỏ sự tể trị của Ngài trên thiên nhiên, cũng như trong 4:6 Ngài "chuẩn bị một dây dưa", trong 4:7 Ngài "chỉ định một con sâu", và trong 4:8 Ngài "chuẩn bị một cơn gió nóng".[165] Để nghiên cứu thêm về tầm quan trọng của khoảng thời gian ba ngày, ba đêm liên hệ đến Tân Ước ra sao, xin xem phần Giới Thiệu. Nhiều học giả tìm các cách khác nhau để giải thích

---

[160]Watts, "Song and the Ancient Reader", 144.

[161]Watts, "Song and the Ancient Reader", 145.

[162]Mặc dù John Wycliffe, tiên phong của bản dịch Kinh thánh tiếng Anh, cũng để câu này là 2:1 (năm 1382–1388), nhưng một số bản dịch tiếng Anh như Bản dịch của William Tyndale (năm 1526–1534), Bản Geneva (1610), và Bản King James (năm 1611) để câu này trong Giô-na 1:17. Các bản dịch tiếng Anh hiện đại theo truyền thống này.

[163]Trong cả sách, bài thi thiên trong ch. 2 là nơi duy nhất bày tỏ tiên tri Giô-na nhận biết sự thương xót của Chúa đối với ông (Stuart, *Hosea-Jonah*, 473).

[164]Theo Landes, động từ בלע ("nuốt") thường có ý nghĩa tiêu cực, được sử dụng cho việc đoán phạt (ví dụ: Xuất 15:12; Ô-sê 8:8), cho nên, giống như Ackerman, ông cho rằng việc con cá nuốt Giô-na là sự đoán phạt. Tuy nhiên, ông cũng thừa nhận quan điểm của tiên tri Giô-na trong chương 2 rằng đây là cách thức Chúa giải cứu ông. Và quan điểm của tiên tri Giô-na là quan điểm quan trọng hơn ("Textual 'Information Gaps' and 'Dissonances' in the Interpretation of the Book of Jonah", 283).

[165]Sasson, *Jonah*, 148.

câu này (xem khung Nghiên cứu thêm bên dưới), nhưng điều chắc chắn là tác giả muốn chúng ta hiểu: Đây là phép lạ Chúa làm để giải cứu vị tiên tri của Ngài. Việc này cho thấy Đức Gia-vê là Đấng tể trị trên cõi tạo vật, bao gồm cá biển. Chúng phải làm theo ý của Ngài. Ngoài ra, con cá lớn này là một tấm gương về sự vâng phục cho chính Giô-na, vị tiên tri không vâng phục Chúa.[166]

Nghiên cứu thêm: Con cá lớn trong khoa học và lịch sử

"Con cá lớn" này thuộc loại cá nào? Thật ra, Kinh Thánh chỉ nói đây là "con cá lớn" (דָּג גָּדוֹל), không cho biết loại cá này là gì. Chi tiết *lớn* ở đây rất quan trọng vì con cá này phải đủ lớn để nuốt tiên tri Giô-na. Tuy nhiên, trước giờ vẫn có người đưa ra những suy đoán về loại cá nuốt Giô-na này. Ví dụ, người Do Thái và các giáo phụ Cơ Đốc trong thời kỳ đầu của hội thánh đã suy đoán con cá này là lê-vi-a-than, được Ê-sai 27:1 mô tả như "con rắn luồn lách", "con rắn uốn lượn", và "con quái vật dưới biển". Vào thế kỷ 19, Keil và Delitzsch đoán đó là con cá mập lớn như *canis carcharias* hoặc *squalus carcharias L.* vì ở biển Địa Trung Hải có những loài cá mập to như thế.

Tương tự, sau khi trao đổi, một nhà báo Do Thái ở Mỹ cùng với hai nhà khoa học ở Thủy cung Sea World ở San Diego, California đã kết luận: cá mập trắng lớn (*carcharodon carcharias*) là suy đoán hợp lý nhất.[a] Những suy đoán này khá thú vị, nhưng thực tế tác giả không cho biết loại cá này là gì. Thậm chí, ngay cả tiên tri Giô-na còn không biết đây là loại cá gì mà.[b] Xác định loại cá không phải là yếu tố quan trọng để hiểu sách Giô-na.

Sự kiện này có thực sự xảy ra không? Trong lịch sử giải nghĩa sách Giô-na, nói chung có ba cách giải thích câu này.

Thứ nhất, quan điểm truyền thống cho rằng sự kiện này đã thật sự xảy ra vì Đức Gia-vê đã làm một phép lạ. Đây là quan điểm truyền thống của người Do Thái cũng như hội thánh qua các thời đại.[c] Sự kiện Giô-na bị con cá lớn nuốt đã trở thành chủ đề phổ biến nhất trong nghệ thuật Cơ Đốc vào thời hội thánh đầu tiên.[d] Họ được khích lệ khi thấy hình ảnh Giô-na và con cá lớn vì họ hiểu câu chuyện này như là một hình ảnh diễn đạt kinh nghiệm bị đe dọa bởi một xã hội thù địch của

---

[166]Youngblood, *Jonah*, 97.

họ. Như tiên tri Giô-na đã được giải cứu, thì chính họ cũng sẽ được giải cứu.[e]

Thứ hai, một số khác cho rằng sự kiện này không thật sự xảy ra vì tác giả chỉ viết sách dưới dạng thần thoại hay hư cấu. Theo một số học giả, rất khó tin rằng sự kiện này thật sự đã xảy ra. Vì vậy, họ cho rằng sách Giô-na là sách hư cấu.[f] Quan điểm này rất khó chấp nhận đối với những người tin rằng Đức Chúa Trời là Đấng Sáng Tạo, và là Đấng toàn năng. Nếu chúng ta chấp nhận phép lạ ở những chỗ khác trong Kinh thánh (như câu chuyện về Ê-li và Ê-li-sê), thì tại sao chúng ta lại không chấp nhận phép lạ ở đây?[g]

Có một số người, trong đó có Wolff, muốn kết luận rằng đây là truyện hư cấu nhưng vẫn không muốn xem thường Kinh thánh. Wolff đồng ý với những người theo quan điểm truyền thống, tức là khẳng định thẩm quyền vô hạn của Chúa. Tuy nhiên, ông vẫn cho rằng tác giả sách Giô-na viết một câu chuyện hư cấu. Theo ông, quan điểm truyền thống đã sai khi khẳng định rằng sự kiện này *phải* xảy ra trong lịch sử và không cởi mở đối với khả năng tác giả sử dụng một câu chuyện hư cấu. Theo ông, chúng ta không nên tranh cãi với nhau về vấn đề này.[h] Wolff nhắc chúng ta về một yếu tố quan trọng: thể loại văn chương. Đức Thánh Linh có thể cảm thúc một trước giả viết ra một câu chuyện hư cấu để chúng ta được gây dựng. Trong phần **Giới Thiệu**, tôi đã lập luận rằng tác giả sách Giô-na nhắm đến việc viết câu chuyện lịch sử. Tuy nhiên, lời cảnh báo của Wolff vẫn xác đáng: chúng ta không nên tranh cãi với người cho rằng đây là câu chuyện hư cấu vì họ cũng trân trọng Lời Chúa.

Thứ ba, một số người tìm cách giải thích phương cách sự kiện này xảy ra nhằm mục đích hỗ trợ quan điểm truyền thống. Ví dụ, Keil và Delitzsch kể lại câu chuyện vào năm 1758, một thủy thủ đã ngã xuống biển và bị một con cá mập lớn nuốt. Vị thuyền trưởng yêu cầu các thủy thủ bắn đại bác vào con cá mập, thế là con cá mập nhả viên thủy thủ ấy ra.[i] Cũng như tôi đã lập luận ở trên, chúng ta không cần giải thích phép lạ này theo hiện tượng khoa học. Kinh Thánh không cho chúng ta mọi chi tiết, và việc suy đoán ở đây không đem lại ích lợi gì.

Theo tôi, quan điểm hợp lý nhất là tin vào những gì Lời Chúa cho chúng ta biết, cũng không nhất thiết phải tìm cách giải thích bằng khoa học. Chúa đã dùng một con cá lớn để giải cứu Giô-na, để hoàn tất sứ mạng của ông. Qua đó, chúng ta thấy sự tể trị của Chúa trên thiên nhiên.

_a_Donald H. Harrison, "What Swallowed Jonah? Sea World Educators Identify the Prime Suspects", _San Diego Jewish Press-Heritage_, 13/09/2002, truy cập ngày 28/08/2018, http://www.jewishsightseeing.com/usa/california/san_diego/general_stories/sd9-13-02jonah.html.

_b_Stuart, _Hosea-Jonah_, 474.

_c_Smith và Page, _Amos, Obadiah, Jonah_, 218.

_d_Graydon F. Snyder, "Sea Monsters in Early Christian Art", _Biblical Research_ 44 (1999): 7.

_e_Snyder, "Sea Monsters in Early Christian Art", 21

_f_Ví dụ: Burrows, "The Literary Category of the Book of Jonah", 83; Terence E. Fretheim, _The Message of Jonah: A Theological Commentary_ (Minneapolis, MN: Augsburg, 1977), 63.

_g_Alexander, "Jonah and Genre", 46.

_h_Hans Walter Wolff, "Jonah: The Messenger Who Obeyed", _Currents in Theology and Mission_ 3 (1976): 87.

_i_Karl Friedrich Keil và Franz Delitzsch, _Commentary on the Old Testament_, bd. James Martin, t. 10 (Grand Rapids: Eerdmans, 1973), 150 ghi chú số 6. Đã có một bài kể lại sự kiện một người bị một con cá voi nuốt và được giải cứu vào ngày hôm sau (Ed König, "A Modern Jonah?", _Expository Times_ 17 [1906/1905]: 521). Tuy nhiên, năm sau có bài in lại lá thư từ vợ của vị thuyền trưởng liên quan trong câu chuyện về người bị cá voi nuốt. Bà ấy nói rằng câu chuyện đó hoàn toàn sai; chẳng có chuyện xảy ra như thế (A. Lukyn Williams, "A Modern Jonah?", _Expository Times_ 18 [1907/1906]: 239).

Trong bối cảnh này, tầm quan trọng của con cá lớn là gì? Con cá lớn đóng vai trò giải cứu tiên tri Giô-na để ông có thể đến giảng cho dân thành Ni-ni-ve.

Vì sao mất ba ngày, ba đêm? Theo Landes, trong Kinh Thánh, ba ngày là một khoảng thời gian cần thiết cho nhiều cuộc hành trình, ví dụ như khi người Y-sơ-ra-ên đi vào đồng vắng để thờ phượng Chúa (Xuất 3:18, 5:3, 8:27, 15:22) hoặc khi Áp-ra-ham đưa Y-sác đến núi Mô-ri-a (Sáng 22:4).[167] Hành trình của Giô-na qua thành Ni-ni-ve trong 3:3 cũng mất ba ngày. Ngoài ra, theo một tài liệu của người Sumer, một nhân vật mất ba ngày, ba đêm để xuống cõi chết. Khi ở dưới biển, tiên tri Giô-na cũng xuống đến cõi chết (xem phần giải nghĩa Giô-na 2:7). Như vậy, có thể tác giả sách Giô-na muốn chúng ta hiểu Giô-na từ cõi chết đi lên, nghĩa là từ dưới biển lên bờ, cần mất khá lâu.[168]

---

[167]Xem thêm: Dân 10:33; Giôs 2:16; 9:17; 1 Sa 30:1; 2 Sa 20:4; 2 Các Vua 2:17; E-xơ-ra 10:7–9.

[168]George M. Landes, "Three Days and Three Nights Motif in Jonah 2:1", _Journal of Biblical Literature_ 86 (1967): 448–49. Tuy nhiên, Landes nhấn mạnh cách giải nghĩa này không có nghĩa là tác giả biết về tài liệu của người Sumer. Và Sasson nghi ngờ cách giải nghĩa này

2:2 Câu tiếp theo giới thiệu lời cầu nguyện của tiên tri Giô-na. Câu này có thể ngụ ý khi cầu nguyện, Giô-na đang ở trong bụng cá. Tuy nhiên, không nhất thiết là khi bài thơ này được viết thì ông vẫn còn trong bụng cá.[169] Như một học giả đã quan sát, nhiều khi những bài thơ kể về một kinh nghiệm nào đó được viết ra sau khi sự kiện ấy đã xảy ra rồi.[170]

Như đề cập ở trên, bài thơ không đề cập đến con cá. Tiên tri Giô-na chỉ nói ông ở trong "bụng âm phủ" (2:3) hoặc "vực sâu" (2:4).[171]

2:3 Câu này là tiểu đoạn đầu tiên, bao gồm bốn mệnh đề. Tôi hiệu chỉnh Bản Hiệu Đính để cho thấy thứ tự từ ngữ trong câu này:

Con kêu cầu *từ* tình trạng hoạn nạn của con đến Đức Giê-hô-va

Thì Ngài đã trả lời con

Từ trong bụng âm phủ, con kêu la

Thì Ngài đã nghe tiếng con.

Như vậy, có bốn dòng bao gồm:

A - Từ trong hoạn nạn, Giô-na kêu cầu Chúa

B - Kết quả: Chúa trả lời

A' - Từ trong bụng âm phủ, Giô-na kêu la

B' - Kết quả: Chúa lắng nghe

Tác giả vừa mô tả tình trạng và hành động của ông vừa làm chứng về việc Chúa nghe và đáp lời ông. Chúa nghe và trả lời là một chủ đề thường gặp trong sách Thi Thiên. Ví dụ, trong Thi Thiên 4:1, Đa-vít kêu cầu Chúa:

---

vì ông cho rằng những câu nói về cuộc hành trình ba ngày, ba đêm chỉ định nói về một cuộc hành trình khá lâu thôi. Như vậy, ông nghĩ Landes ép chi tiết này nói về cuộc hành trình trở lại từ âm phủ (*Jonah*, 153–54). Tuy nhiên, lý luận của Landes không chỉ dựa trên sự kiện "ba ngày, ba đêm" mà còn bao gồm các yếu tố khác, chẳng hạn như "bụng âm phủ" (2:3).

[169] Josephus (thế kỷ 1 SC.) đã cho rằng tiên tri Giô-na cầu nguyện cảm tạ sau khi con cá lớn nhả ông ra trên đất khô (*Antiquities*, 9.213–14; được trích dẫn trong Louis H. Feldman, "Josephus' Interpretation of Jonah", *AJS Review* 17 [1992]: 15). Câu 3 bắt đầu: "Và ông nói" (וַיֹּאמֶר), có thể ngụ ý điều ông nói được viết sau khi ông lên đất khô (Woodhouse, "Jesus and Jonah", 38).

[170] Andrews, "The Sign of Jonah", 113

[171] Mặc dù trong tiếng Việt dịch "bụng âm phủ" có vẻ giống "bụng cá" nhưng trong nguyên văn có hai từ ngữ khác nhau: đối với con cá, là מֵעֶה, còn đối với âm phủ, là בֶּטֶן. Tuy nhiên, hai từ ngữ này là từ đồng nghĩa.

"Xin thương xót con và nghe lời cầu nguyện của con."[172] Thi Thiên 4:3 khẳng định rằng đây không phải là lời cầu nguyện không có căn cứ vì "Khi ta kêu cầu, Đức Giê-hô-va sẽ nghe ta".[173] Đa-vít cũng làm chứng về việc Chúa đã lắng nghe lời cầu nguyện của ông (Thi 6:8–9).[174] Tác giả thi thiên kêu xin Chúa đáp lời ông (Thi 27:7; 55:3; 60:7; 108:7). Trong Thi Thiên 91:15, chính Chúa hứa sẽ đáp lời người yêu mến Ngài. Cũng vậy, tác giả thi thiên làm chứng về việc Chúa trả lời ông (Thi 3:5; 34:5; 119:26; 120:1; 138:3). "Chúa lắng nghe và trả lời" là cách người ta thường nói về kết quả của sự cầu nguyện. Đức Gia-vê là Đấng lắng nghe lời cầu nguyện và hành động theo sự thương xót của Ngài. Trong tình huống này, Giô-na đã kêu cầu Chúa và Ngài chuẩn bị một con cá lớn nuốt ông để ông không bị chết đuối.

Trong câu này ông đề cập đến "âm phủ" (שְׁאוֹל). Từ này xuất hiện 65 lần trong Cựu Ước, mô tả mộ phần hoặc cõi chết.[175] Trong Sáng Thế Ký 37:35, vì nghĩ rằng Giô-sép đã chết, Gia-cốp nói ông sẽ "xuống âm phủ (שְׁאוֹל) với con ta". Theo Gióp 11:8, âm phủ là nơi sâu nhất, ở vị trí tương phản với các tầng trời.[176] Có lẽ tiên tri Giô-na nói như ông ở trong "bụng âm phủ" vì ông ở "vực sâu" trong biển (2:4) và cũng sắp chết đuối, tức là sắp đến cõi chết.[177] Đây là thời điểm trước hay sau khi ông được con cá nuốt không phải là yếu tố quan trọng. Hình ảnh "bụng âm phủ" nhấn mạnh tình trạng nguy hiểm của ông, khiến ông sầu não đến chết. Ông tuyệt vọng đến chết.[178]

2:4 Tiểu đoạn tiếp theo mô tả tình trạng của tiên tri Giô-na ở dưới vực sâu, "nơi đáy biển". Điều đầu tiên tôi quan sát thấy ở đây là tiên tri Giô-na nói rằng chính Chúa đã ném ông xuống biển. Theo câu chuyện trong chương 1, các thủy thủ đã ném ông xuống biển (1:15), nhưng tiên tri Giô-na không quy tội cho họ. Ông quy việc này cho Đức Chúa Trời, là Đấng kỷ luật

---

[172]Cũng xem Thi 17:1, 6; 27:7; 28:2; 30:10; 39:12; 54:2; 61:1; 64:1; 84:8; 102:1–2; 119:149; 143:1.

[173]Cũng xem Thi 5:3; 10:17; 34:17; 55:17; 65:2; 69:33; 77:1; 145:19.

[174]Cũng xem Thi 18:6; 22:24; 28:6; 31:22; 34:6; 40:1; 61:5; 102:20; 106:44; 116:1.

[175]Eugene H. Merrill, " שְׁאוֹל (šᵉʾôl)", btv. Willem A. VanGemeren, *NIDOTTE* (Grand Rapids: Zondervan, 1999), 6.

[176]Sasson cho rằng sở dĩ chúng ta không biết nhiều về quan điểm của người Y-sơ-ra-ên ngày xưa và đời sau là vì bình thường trong Cựu Ước chỉ đề cập đến đời sau trong bài thơ, là thể loại chú trọng trí tưởng tượng hơn lời mô tả thực tế. Tuy nhiên, điều chúng ta biết đó là họ hình dung âm phủ là nơi ở dưới đất, có thể ở dưới biển (*Jonah*, 171).

[177]Theo Sasson, cụm từ "từ bụng âm phủ" (מִבֶּטֶן שְׁאוֹל) là cụm từ độc đáo của sách Giô-na và bày tỏ nỗi tuyệt vọng của tiên tri Giô-na (*Jonah*, 172).

[178]Sasson, *Jonah*, 172.

ông.[179] Câu này cũng nhấn mạnh Chúa là Đấng tể trị mọi sự. Ngay cả việc các thủy thủ làm cũng là việc Chúa làm.

Dường như tiên tri Giô-na mô tả tình trạng của ông trước khi con cá nuốt ông vì trong dòng tiếp theo ông mô tả "dòng nước lớn bao bọc lấy" ông. Chúng ta không nên ép cụm từ "dòng nước" phải nói về dòng chảy đại dương hoặc xác định xem đây là hiện tượng khoa học nào vì đây là một bài thơ. Theo cách suy nghĩ của người Mê-sô-bô-ta-mi ngày xưa, có một dòng nước chảy ở dưới biển, là nơi các linh hồn của người chết đến để chịu phán xét.[180] Có thể Giô-na liên tưởng đến cách nói của Mê-sô-bô-ta-mi để diễn tả việc ông sắp chết.

Dòng cuối cùng tiếp tục mô tả kinh nghiệm của Giô-na ở dưới biển: "Tất cả những lượn sóng và ba đào của Ngài đều phủ quét trên con." Người nào đi tắm biển cũng đều biết rằng sóng biển rất mạnh. Tiên tri Giô-na vẽ một bức tranh về một người vật lộn để giữ mạng sống của mình trước sức mạnh của biển cả.

2:5 Câu tiếp theo trở lại hành động kêu cầu Chúa. Mặc dù tiên tri Giô-na đang ở trong tình trạng sợ hãi, nhưng ông hướng về Chúa. Trong câu này, ông trích dẫn lời cầu nguyện của chính mình. Dòng đầu tiên là mệnh đề bị động nói về kết quả của việc Chúa ném ông xuống biển, ông bị "ném khỏi trước mắt Ngài". Cách nói này rất thú vị vì chương 1 mô tả việc Giô-na trốn qua Ta-rê-si là "tránh/lánh mặt Đức Giê-hô-va" (1:3) hoặc "trốn khỏi mặt Đức Giê-hô-va" (1:10). Theo quan điểm thần học, chúng ta biết không ai có thể trốn khỏi sự hiện diện của Chúa (xem Thi 139:7–12; rất có thể tiên tri Giô-na biết thi thiên này). Nhưng việc tiên tri Giô-na không vâng phục là nỗ lực trốn tránh sứ mạng Chúa giao phó cho ông.[181] Tuy nhiên, ở đây, khi ở dưới biển, tiên tri Giô-na ở trong tình trạng nguy hiểm, như thể ông đang ở nơi xa cách sự bảo vệ và phước hạnh của Chúa. Chúng ta hiểu cụm từ này

---

[179] Youngblood cũng cho rằng chương 1 ngụ ý đó là công việc của Chúa qua việc lặp lại động từ הֵטִיל (Giô-na 1:4) trong Giô-na 1:5, 12, và 15 (Youngblood, *Jonah*, 106). Trong Giô-na 1:4 Chúa "kiến" (הֵטִיל) gió mạnh thổi trên biển, còn cả ba câu còn lại nói về việc các thủy thủ làm để "ném" (וַיָּטִלוּ) đồ đạc (1:5), "ném" (וַהֲטִילֵנִי) trong 1:12 và וַיְטִלֻהוּ trong 1:15) Giô-na xuống biển.

[180] Youngblood, *Jonah*, 107.

[181] Theo Youngblood, tiên tri Giô-na biết ông không thể trốn sự hiện diện của Đức Gia-vê, nhưng ông nghĩ ông có thể trốn lời phán của Ngài. Khi xa cách nơi Chúa hiện diện ở thành Giê-ru-sa-lem (Phục 12:5, 11), thì ông có thể tránh lời phán của Chúa (Youngblood, *Jonah*, 57).

theo nghĩa bóng: ông nói rằng trong sự chết ông không còn trong tầm nhìn của Chúa nữa.[182]

Dòng tiếp theo giúp chúng ta hiểu ý của tiên tri Giô-na rõ hơn vì ông đề cập đến đền thánh.[183] Đền thánh là nơi tốt đẹp, là nơi Chúa hiện diện với con dân Ngài (Thi 27:4–5). Khi cầu nguyện, Giô-na nghĩ đến đền thánh như một cánh cửa giao thông với Đức Chúa Trời.[184] Khi ở dưới biển, ông xa cách nơi đó. *Dù vậy*, ông "nhìn lên đền thánh" của Chúa. Có lẽ ông muốn bày tỏ niềm tin ông sẽ đến đền thánh, dù tình trạng của ông nguy hiểm đến chết.

2:6–7 Hai câu này trở lại với tình trạng của tiên tri Giô-na ở dưới lòng biển. Trong câu 6, Giô-na mô tả như thể biển cả tìm cách vồ lấy ông và mạng sống của ông. "Nước bao phủ" và "vực sâu vây lấy... bốn bề" giúp chúng ta hiểu rằng biển đã trở thành nhà tù giam hãm tiên tri Giô-na. Ngay cả "rong rêu" cũng "vấn vít đầu" của ông, đe dọa mạng sống của ông. Câu 7 cũng nói về biển nhưng tập trung vào vị trí của vị tiên tri này dưới biển. Ông xuống "đến chân nền các núi", mô tả độ sâu vị trí của ông, ông gần như đã chết rồi.[185] Theo thế giới quan của người Y-sơ-ra-ên ngày xưa, thế giới có ba tầng, như được đề cập đến trong Xuất Ê-díp-tô Ký 20:4:

> Con không được làm cho mình một hình tượng nào theo hình dạng của những vật *trên trời cao*, hoặc *nơi đất thấp*, hoặc trong *nước dưới mặt đất*.

Câu này đề cập đến ba tầng: các tầng trời, đất và nước dưới đất. "Chân nền các núi" nằm dưới đất trong nước, có nghĩa ông ở vị trí rất sâu. Thậm chí, các "chân nền các núi" giống như "then" của nhà tù, giam giữ vị tiên tri dưới nước "đời đời".

Tuy nhiên, ngay cả khi Giô-na ở trong hoạn nạn, giống như ở tù vậy, nhưng câu 7c làm chứng về công việc của Chúa:

---

[182] Stuart, *Hosea-Jonah*, 476.

[183] Vì đền thánh ở thành Giê-ru-sa-lem (ở vương quốc phía nam), và nhà tiên tri Giô-na của 2 Các Vua 14:25 làm việc ở vương quốc phía bắc, Y-sơ-ra-ên, Sasson kết luận rằng tác giả của thi thiên này không thể là nhà tiên tri đó (*Jonah*, 181). Tuy nhiên, nếu ông là nhà tiên tri thật, không có gì ngạc nhiên nếu ông đã vượt qua biên giới đến đền thờ. Ông không phải là nhà tiên tri duy nhất đã vượt qua biên giới. Cùng thời điểm, nhà tiên tri A-mốt, là người Giu-đa (quê hương Thê-cô-a ở gần thành Bết-lê-hem (VanGemeren, *Interpreting the Prophetic Word*, 128) đã vượt qua biên giới để nói tiên tri ở vương quốc phía bắc (A-mốt 1:1).

[184] Sasson quan sát rằng một số người nghi ngờ câu này vì họ nghĩ: một nhà tiên tri ở vương quốc phía bắc của Y-sơ-ra-ên không đến đền thờ ở vương quốc phía nam ở thành Giê-ru-sa-lem (*Jonah*, 181). Tuy nhiên, một nhà tiên tri thật sẽ hướng đến đền thờ thật.

[185] Stuart, *Hosea-Jonah*, 477.

Lạy Giê-hô-va Đức Chúa Trời của con, Ngài đã đem mạng sống con *lên* khỏi hầm hố![186]

Ở đây, tiên tri Giô-na làm chứng về chính Chúa, Đấng giải cứu ông! Như đã giải thích ở trên trong phần **Phân tích cấu trúc bài thơ**, đây là bước ngoặt trong bài thơ của Giô-na. Chúa nâng ông lên, và việc giải cứu này giống như được sống lại từ cõi chết. Hình ảnh của "hầm hố" nhắc chúng ta nhớ về Giô-sép, người bị các anh bỏ dưới hố trong Sáng Thế Ký 37:24. Ngày xưa, hố được dùng để chứa nước, để dự trữ cho những ngày khô hạn, thiếu mưa hoặc dự trữ dầu ô-liu được sản xuất để xuất khẩu (như ở thành Sa-ma-ri).[187] Tuy nhiên, hố không có nước có thể được sử dụng để làm nơi giam giữ (Sáng 37:24; Giê 38:6). Trong thơ ca, hầm hố là một hình ảnh chỉ về sự chết (Gióp 33:22; Thi 30:10; 49:10). Bởi ân điển của Đức Chúa Trời, tiên tri Giô-na đã được giải cứu, như được sống lại từ cõi chết vậy.

2:8 Câu này đưa ta trở lại việc kêu cầu Chúa. Tiên tri Giô-na nhắc lại tâm trạng "mòn mỏi" khi chìm dưới biển. Giống như câu 4, khi đang trong hoạn nạn, ông "nhớ đến Đức Giê-hô-va". Dòng tiếp theo giải thích rằng ý của ông không chỉ nhớ đến Chúa mà còn "cầu nguyện" hướng về "đền thánh" của Ngài. Giống như trong câu 4, tấm lòng của vị tiên tri này hướng đến sự hiện diện của Chúa nơi đền thánh, và niềm tin của ông được đặt vào Chúa. Đây là điều hoàn toàn trái ngược với 1:3 khi ông "lánh mặt Đức Giê-hô-va". Tiên tri Giô-na có thật sự ăn năn không? Bài thơ của ông thiếu những lời lẽ cho thấy sự ăn năn.[188] Điều đó khiến chúng ta nghi ngờ thái độ thật sự của ông.

2:9–10 Trong hai câu tiếp theo, tiên tri Giô-na hứa nguyện sẽ ngợi khen Chúa. Đây là phần thường gặp trong thi thiên than khóc.[189] Ngay cả khi chưa được giải cứu, thì tác giả đã đặt niềm tin nơi Chúa bằng cách hứa nguyện sẽ ngợi khen và dâng Chúa của lễ cảm tạ tại đền thờ. Trong thi thiên cảm tạ, hứa nguyện cũng là điều hợp lý. Sau khi được giải cứu, tác giả phải trả xong lời hứa nguyện ấy.

Trong câu 9, tiên tri Giô-na so sánh mình với "kẻ chăm sự hư không giả dối". Họ là người không trung thành với Chúa vì "lìa bỏ sự thương xót của mình". Những người này là ai? Trong nguyên văn, ba cụm từ "kẻ chăm sự

---

[186]Rất hiếm khi bài thơ tiếng Hê-bơ-rơ có dòng đơn, không phải cấu trúc song hành (hai hoặc ba dòng). Nhưng ở đây tác giả dùng một dòng đơn để làm câu chuyển tiếp trong bài thơ (Youngblood, *Jonah*, 109–110).

[187]Lawrence E. Stager, "Shemer's Estate", *Bulletin of the American Schools of Oriental Research* 277–278 (1990): 93.

[188]Youngblood, *Jonah*, 102.

[189]Westermann, *Praise and Lament in the Psalms*, 170.

hư không giả dối" (מְשַׁמְּרִים הַבְלֵי־שָׁוְא) cũng xuất hiện trong Thi Thiên 31:6[7]:

> Con ghét những kẻ thờ hình tượng hư không (הַשֹּׁמְרִים הַבְלֵי־שָׁוְא),
> Nhưng con tin cậy nơi Đức Giê-hô-va.

Tiếc là cấu trúc song hành trong câu đó cũng so sánh niềm tin nơi Chúa với việc chăm sự hư không giả dối nên không giúp chúng ta hiểu "kẻ chăm sự hư không giả dối" có ý nghĩa gì. Rất có thể ý của tác giả trong cả hai bối cảnh nói đến những người thờ hình tượng,[190] đối tượng của những niềm tin giả dối. Nếu vậy, cụm từ trong 2:9, "lìa bỏ sự thương xót của mình" (חַסְדָּם יַעֲזֹבוּ) bày tỏ hậu quả của việc thờ hình tượng: họ bỏ mối quan hệ với Chúa, là Đấng thương xót và thành tín với những ai tin cậy Ngài. Có lẽ vì vậy, Bản Hiện Đại dịch câu này như sau:

> Những kẻ thờ lạy thần tượng hão huyền xoay lưng từ khước lòng thương xót của Đức Chúa Trời.[191]

Rất có thể Giô-na muốn thách thức những người trong cộng đồng đã bỏ Chúa và thờ hình tượng.[192] Rõ ràng ý của vị tiên tri này là ông muốn nói rằng ông hoàn toàn khác với những người như thế vì câu 10 bắt đầu bằng "nhưng".[193]

Theo câu 10, tiên tri Giô-na cam kết cảm tạ và dâng của lễ, cách người Y-sơ-ra-ên bày tỏ thái độ biết ơn Chúa (xem Lê 3:1–17; 7:11–17). "Tế lễ bình an" là một phần của nghi lễ liên quan đến việc than khóc và cảm tạ.[194] Của lễ này được dâng và ăn như là một phần của một bữa liên hoan. Thịt được dâng phải được ăn hết vào ngày dâng của lễ (Lê 7:15). Mục đích của loại của lễ này là vui mừng và cảm tạ Chúa vì ân điển của Ngài.[195]

---

[190] Limburg, *Jonah*, 69.

[191] Các bản dịch tiếng Việt theo cùng cách dịch của Kinh Thánh Hiện Đại bao gồm Bản Phổ Thông, Bản Dịch 2011, và Bản Dịch Mới; bản dịch tiếng Anh bao gồm NIV, ESV, NRSV, và NASB. Có lẽ Bản Truyền Thống và Bản Truyền Thống Hiệu Đính dịch giống như Bản KJV: "They that observe lying vanities forsake their own mercy."

[192] Limburg, *Jonah*, 77.

[193] Youngblood cho rằng đối tượng ở đây là các thủy thủ trên tàu, tức là Giô-na chỉ trích họ trong khi tự hào về chính mình. Giô-na không biết các thủy thủ đã dâng của lễ cho Đức Gia-vê (Giô-na 1:16) cho nên ông tiếp tục nghĩ họ thờ hình tượng. Nếu vậy, thì chúng ta có thể nhìn qua lời của ông bày tỏ thái độ kính sợ Chúa đến thái độ thực sự của ông và hành động chân thật của các thủy thủ (Youngblood, *Jonah*, 113).

[194] Gary A. Anderson, "Sacrifice and Sacrificial Offerings: Old Testament", btv. D. N. Freedman, *ABD* (New York: Doubleday, 1992), 878.

[195] Anderson, "Sacrifice and Sacrificial Offerings: Old Testament", 879.

Dòng cuối của câu 10 trong nguyên văn chỉ bao gồm hai từ: "Sự cứu đến từ Đức Giê-hô-va!" (יְשׁוּעָתָה לַיהוָה). Dịch sát theo nguyên văn: "Sự cứu thuộc về Đức Gia-vê!". Câu này tóm lại sự kiện của bài thơ trong chương 2 cũng như các sự kiện trong chương 1 bằng cách khẳng định nguồn giải cứu là Đức Gia-vê. Qua đó Giô-na vừa tôn vinh Chúa vừa cho rằng một mình Chúa là Đấng Cứu Thế. Dù có thể Giô-na không nhận thức hết, nhưng lời ngợi khen này cũng hàm ý chỉ Đức Gia-vê mới có quyền quyết định ai được cứu. Đó là một khái niệm quan trọng trong bối cảnh Giô-na không muốn dân thành Ni-ni-ve được cứu.[196] Các thủy thủ vốn thờ hình tượng lại được Đức Gia-vê giải cứu, và tiên tri Giô-na không vâng phục cũng được Đức Gia-vê giải cứu. Có lẽ dân thành Ni-ni-ve có lý do để hy vọng nơi sự thương xót của Ngài. Thật mỉa mai khi trong chương 4 Giô-na lại phản đối điều đó![197]

2:11 Câu cuối cùng này tóm cách Chúa giải cứu Giô-na khỏi biển. Sau khi nuốt ông (2:1–2), con cá lớn nhả ông lên trên đất khô. Câu này nhắc lại 1:9, khi Giô-na gọi Đức Gia-vê là "Đức Chúa Trời trên trời, Ngài đã làm nên biển và đất khô". Dữ kiện này mang hai hàm ý.

Thứ nhất là hàm ý tiêu cực. Con cá lớn nhả ông ra. Nhả hay mửa là hành động tỏ sự ghê tởm. Như vậy, một số học giả đoán rằng hành động này bày tỏ thái độ của con cá đối với tiên tri Giô-na hoặc đối với lời cầu nguyện của ông. Strawn tập trung vào lời cầu nguyện: lời cầu nguyện của Giô-na trong chương 2 là lời cầu nguyện của một người yêu mến Chúa. Tuy nhiên, hành động của ông trong chương 1, 3, và 4 lại không phải là hành động của một người yêu mến Chúa. Cho nên Đức Gia-vê khiến con cá nhả hay mửa ông ra vì lời cầu nguyện bày tỏ thái độ giả hình.[198] Youngblood cho rằng Chúa muốn làm cho Giô-na chịu sỉ nhục vì ông là người kiêu ngạo.[199]

Thứ hai là hàm ý tích cực. Ân điển của Chúa vượt trội hàm ý tiêu cực. Chính đời sống của Giô-na minh chứng rằng Đức Gia-vê làm chủ biển cả và đất khô. Sau khi Giô-na khám phá ra rằng ông không thể trốn khỏi sự hiện diện của Ngài bằng việc vượt biển, ắt hẳn ông biết rằng ông không thể trốn khỏi Ngài trên đất khô. Chúa đã giải cứu Giô-na để thực hiện sứ mạng.

---

[196]Stuart, *Hosea-Jonah*, 478.

[197]Stuart, *Hosea-Jonah*, 479.

[198]Brent A. Strawn, "On Vomiting: Leviticus, Jonah, Ea(a)rth", *The Catholic Biblical Quarterly* 74 (2012): 453.

[199]Youngblood, *Jonah*, 114.

Sứ điệp cho hội thánh

Chương 2 chủ yếu là lời cầu nguyện. Qua đó chúng ta không những học biết về sự cầu nguyện mà còn hiểu rõ hơn về Chúa và về đời sống tin cậy Ngài.

Kinh nghiệm cầu nguyện

Những lời cầu nguyện của tiên tri Giô-na khích lệ chúng ta cầu nguyện cách chân thật với Chúa. Trong lời cầu nguyện, tiên tri Giô-na không giấu giếm sự đau khổ của mình. Có lúc chúng ta sợ nói về cảm xúc với người khác, nhưng tiên tri Giô-na làm gương cho chúng ta trong việc thẳng thắn với Chúa về tình trạng của mình. Ông sử dụng nhiều hình ảnh để bày tỏ cảm xúc và lo lắng của mình. Lời cầu nguyện xin Chúa giải cứu ông là lời cầu nguyện xuất phát từ sự đạo đức giả (vì ông muốn chính mình được giải cứu, nhưng ông không muốn dân thành Ni-ni-ve được giải cứu). Tuy nhiên Chúa vẫn lắng nghe và giải cứu. Đó là điều khích lệ chúng ta cầu nguyện trong bất cứ hoàn cảnh nào. Dĩ nhiên, Chúa có thể từ chối lời cầu nguyện của người đạo đức giả (như Ngài phán trong Ê-sai 1:15). Tuy nhiên, trong trường hợp chúng ta cầu nguyện với thái độ không hoàn toàn đúng, chúng ta vẫn cứ cầu nguyện cách chân thật cho đến khi sự thông công với Chúa biến đổi chúng ta theo hình ảnh của Chúa Giê-xu.

Lời giãi bày chân thành của tiên tri Giô-na không chỉ mô tả tình trạng nguy khốn mà còn làm chứng về sự giải cứu của Chúa. Qua việc thuật lại sự giải cứu của Chúa, chúng ta tôn vinh Đức Chúa Trời và khích lệ hội thánh làm vinh hiển danh Ngài. Đó là một điều đẹp lòng Chúa và gây dựng hội thánh.

Tuy nhiên, phân đoạn này không những khích lệ chúng ta cầu nguyện, mà còn nêu lên điểm quan trọng đó là Đức Chúa Trời sẽ nuôi dưỡng linh hồn chúng ta, dù chúng ta gặp bất cứ hoạn nạn nào.

Những bài học về Đức Chúa Trời

Chương này dạy chúng ta hai điều về Đức Chúa Trời. Thứ nhất, câu 10 tóm lại sứ điệp thần học ở đây: "Sự cứu đến từ Đức Gia-vê!" Mặc dù Giô-na là một tiên tri không vâng phục, nhưng Chúa vẫn lắng nghe lời cầu nguyện của ông. Ngài là nguồn cứu giúp duy nhất. Đó là bài học quan trọng khi nghĩ đến dân thành Ni-ni-ve. Họ là người "chăm sự hư không giả dối" (2:9), nhưng chúng ta thấy rằng Chúa là Đấng thương xót tiên tri Giô-na. Có thể Ngài cũng sẽ thương xót dân thành Ni-ni-ve, nếu họ tìm kiếm Ngài.

Tiên tri Giô-na ba ngày và đêm ở trong bụng cá thì Chúa Giê-xu cũng ở trong mộ phần ba ngày (Mat 12:40). Nhưng Đức Chúa Cha không để Đức Chúa Con trong mộ mãi mãi. Đức Chúa Cha khiến Chúa Giê-xu sống lại. Việc đó chứng minh sự cứu rỗi đến từ Đức Gia-vê. Chúng ta không nên lìa bỏ sự thương xót của Đấng làm cho người chết sống lại.

Thứ hai, sự giải cứu của Chúa cũng minh chứng rằng Đức Gia-vê là Đấng tể trị mọi sự. Trong chương 1, Giô-na không thể trốn khỏi Chúa vì Ngài tể trị biển và thời tiết. Trong chương 2, Ngài cũng chứng minh rằng Ngài cũng tể trị các loài vật dưới biển nữa.

Cũng vậy, sự sống lại của Chúa Giê-xu là bằng chứng mà chúng ta cần để tin cậy nơi Đức Chúa Trời. Nếu Ngài dùng con cá để giải cứu tiên tri Giô-na và dùng Con Ngài để giải cứu chúng ta, thì chúng ta phải tin cậy Ngài trong bất cứ hoàn cảnh nào.

Đức Tin

Hai bài học ở trên là bài học cần thiết để nuôi dưỡng đức tin. Có lúc chúng ta giống như tiên tri Giô-na. Chúng ta gặp hoạn nạn chính vì chúng ta bỏ qua những điều lời Chúa bảo chúng ta làm. Tội lỗi dẫn đến hậu quả. Có thể chúng ta sử dụng tiền bạc cách sai lầm, hoặc chúng ta không chú ý đến trách nhiệm học hành, làm việc hoặc chăm sóc gia đình. Chúng ta không vâng phục Chúa, và những sai lầm đó dẫn đến hậu quả. Lúc đó chúng ta phải chân thành kêu cầu Chúa giải cứu. Và sau khi đã được Ngài giải cứu, chúng ta phải ngợi khen Chúa vì sự giải cứu của Ngài.

Giô-na 3:1–10

Trong chương 1, Giô-na trốn sự hiện diện của Chúa và sứ mạng Ngài giao cho ông. Trong chương 2, ông kinh nghiệm sự giải cứu của Chúa và cảm tạ Ngài. Trong chương 3, Giô-na một lần nữa nhận được sự kêu gọi của Chúa đến tố cáo dân thành Ni-ni-ve. Câu chuyện lên đến cao trào, khiến chúng ta muốn biết: kết quả của sứ mạng này như thế nào?

Phân tích cốt truyện

Trong chương 3, Chúa phán với dân thành Ni-ni-ve qua tiên tri Giô-na. Phần đầu tiếp tục mô tả mối quan hệ giữa tiên tri Giô-na và Chúa. Phần còn lại mô tả mối quan hệ giữa Chúa và dân thành Ni-ni-ve. Thật ra, tiên tri Giô-na chỉ là người trung gian, và câu chuyện chủ yếu tập trung vào mối quan hệ giữa Chúa và dân thành Ni-ni-ve.

Nếu tập trung vào mối quan hệ giữa Chúa và tiên tri Giô-na, thì chúng ta không học được gì nhiều. Trong 3:1–2, tác giả mô tả Chúa giao sứ mạng cho tiên tri Giô-na. Lần này, ông vâng phục và tuyên rao lời phán xét dành cho dân thành Ni-ni-ve (3:3–4). Ngoài sự vâng phục này, chúng ta không thấy gì khác về tiên tri Giô-na. Chúng ta phải đợi đến chương 4 mới biết ông phản ứng thế nào khi người Ni-ni-ve thoát khỏi cơn thịnh nộ của Chúa. Từ câu 5–10, tác giả tập trung vào mối quan hệ giữa Chúa và dân thành Ni-ni-ve. Tuy nhiên, câu chuyện chính bắt đầu trong câu 3–4 khi tác giả giới thiệu mâu thuẫn: Chúa định giáng tai họa trên dân thành Ni-ni-ve vì tội ác của họ. Chúng ta thấy cách dân thành Ni-ni-ve đáp ứng trước sự phán xét ấy của Chúa theo hai cách. Đầu tiên, dân chúng tin Chúa và kiêng ăn (3:5). Thứ hai, mệnh lệnh của vua biến đáp ứng của người dân thành một quy định chính thức: dân chúng (và cả các thú vật!) phải kiêng ăn để bày tỏ lòng ăn năn và kêu cầu Chúa không giáng tai họa trên họ (3:6–9). Với đáp ứng đó của dân thành Ni-ni-ve, Chúa đổi ý và không giáng tai họa trên họ (3:10). Giải pháp thuộc về Chúa.

Tìm hiểu chi tiết

Giô-na 1:1–2	Giô-na 3:1–2
1Có lời Đức Giê-hô-va phán cho Giô-na con trai A-mi-tai:	1Lại có lời Đức Giê-hô-va phán với Giô-na *lần thứ hai* rằng:
2"Con *hãy trỗi dậy*, đi đến thành lớn Ni-ni-ve và *tố cáo nó* (וּקְרָא עָלֶיהָ) vì tội ác chúng đã lên thấu trước mặt Ta."	2"Con *hãy trỗi dậy*, đi đến thành lớn Ni-ni-ve và *rao cho nó* (וּקְרָא אֵלֶיהָ) lời Ta đã phán dạy con."

Khi so sánh 1:1 và 3:1 thì chỉ có một thay đổi duy nhất. Thay vì đề cập đến cha của Giô-na, 3:1 cho biết đây là lần thứ hai Chúa phán với tiên tri Giô-na.

Giô-na phải nghe lời kêu gọi nói tiên tri đến hai lần thì ông mới vâng phục. Một nhà tiên tri không vâng phục có thể bị Chúa hủy diệt, như vị tiên tri trong 1 Các Vua 13:20–32 đã bị sư tử vồ chết, nhưng Đức Chúa Trời kiên nhẫn với Giô-na.[200] Lý do có thể là vì Giô-na muốn Chúa đoán phạt dân thành Ni-ni-ve, nhưng Chúa lại muốn mang lại ân điển cho họ. Vì vậy, Ngài kiên nhẫn với thái độ không vâng phục của Giô-na hầu cho dân thành Ni-ni-ve có cơ hội ăn năn.[201]

So sánh 1:2 với 3:2, cách mô tả thành Ni-ni-ve (thành lớn, הָעִיר הַגְּדוֹלָה) và mệnh lệnh ("hãy trỗi dậy" [קוּם], "đi đến" [לֵךְ], và "tố cáo nó" [וּקְרָא עָלֶיהָ] hoặc "rao cho nó" [וּקְרָא אֵלֶיהָ]) gần như giống nhau.[202] Chỉ có một sự khác biệt, đó là 1:2 cho biết lý do (vì tội ác họ) trong khi 3:2 nhấn mạnh vai trò trung gian của Giô-na.

3:3–4 Ngay lập tức tiên tri Giô-na vâng phục. Đó là hành động xứng hợp của một nhà tiên tri (xem 1 Vua 17:8–10).[203] Trong 1:3, tiên tri Giô-na trỗi dậy trốn qua Ta-rê-si, còn trong 3:3 ông trỗi dậy "đi đến Ni-ni-ve theo lệnh

---

[200]Limburg, *Jonah*, 75.

[201]Youngblood, *Jonah*, 125.

[202]BTTHĐ và BTT sử dụng hai động từ khác nhau trong Giô-na 1:2 và 3:2, nhưng thật ra, trong nguyên văn, động từ giống nhau nhưng giới từ khác nhau. Theo Youngblood, việc sử dụng giới từ אֵל trong Giô-na 3:2 mang ý nghĩa nhẹ hơn giới từ עַל trong Giô-na 1:2 (Youngblood, *Jonah*, 126), cũng như cách Bản Hiệu Đính dịch. Trong ch. 1, chỉ có lời tố cáo. Trong ch. 3, có thể họ nghe, ăn năn, và được giải cứu.

[203]Limburg, *Jonah*, 75.

của Đức Giê-hô-va".[204] Hành động của tiên tri Giô-na trong chương 3 hoàn toàn trái ngược với hành động của ông trong chương 1. Tuy nhiên, dù tại đây ông vâng phục nhưng đến chương 4 chúng ta lại thấy thái độ của ông trái với ý muốn của Chúa.[205]

Tiếp theo, câu 3 cho biết một ít thông tin bối cảnh: thành Ni-ni-ve rất lớn, "phải đi bộ mất ba ngày đường". Thông tin này gây ra tranh cãi giữa học giả (xem phần **Nghiên cứu thêm** bên dưới). Hình như điều tác giả muốn chúng ta biết đó là: Việc công bố sự phán xét của Chúa không phải là việc đơn giản.

Nghiên cứu thêm: "Thành lớn Ni-ni-ve" có nghĩa là gì?

Sách Giô-na mô tả thành Ni-ni-ve là "thành lớn" (הָעִיר הַגְּדוֹלָה; Giôs 1:2; 3:1; 4:11) hoặc "thành rất lớn" (עִיר־גְּדוֹלָה לֵאלֹהִים; Giôs 3:3). Cụm từ này có nghĩa là gì?

Thứ nhất, cụm từ này có thể liên quan đến kích thước thành.[a] Trong 3:3, hình như tác giả muốn nói rằng thành này lớn đến mức phải mất ba ngày đi bộ thì mới đi hết thành.[b] Thứ hai, cụm từ này cũng có thể được dịch là "thành vĩ đại" mô tả tầm quan trọng của thành, như Giê-rê-mi 22:8 mô tả thành Giê-ru-sa-lem là "thành lớn" và Giô-suê 10:2 mô tả thành Ga-ba-ôn là "một thành lớn, như một đế đô".[c]

Giô-na 3:3 cũng mô tả thành Ni-ni-ve là "thành lớn của Đức Chúa Trời" hoặc "thành lớn của các thần" (עִיר־גְּדוֹלָה לֵאלֹהִים). Wiseman cho rằng có thể cụm từ đó nói đến việc dân thành Ni-ni-ve thờ nhiều thần (là nghĩa thông thường của từ אֱלֹהִים) thay vì dịch "thành rất lớn".[d] Sasson đưa ra ý kiến khác, ông cho rằng cụm từ đó có ý nói rằng thành Ni-ni-ve thuộc về Đức Chúa Trời (vì có giới từ לְ, nói đến việc sở hữu). Vì vậy, Ngài ban ơn cho họ. Theo cách hiểu cụm từ này, câu này đóng vai trò tương tự với 1:9, cho thấy Chúa tể trị cả trái đất, trong đó có cả dân thành Ni-ni-ve.[e]

Trong 3:3, cụm từ "phải đi bộ mất ba ngày đường" (מַהֲלַךְ שְׁלֹשֶׁת יָמִים) có ý nghĩa gì nếu không nói đến kích thước của thành Ni-ni-ve? Nếu chúng ta tin vào tính lịch sử của sách Giô-na, đó không thể là thời

---

[204] BTTHĐ dịch động từ đầu tiên của câu này (וַיָּקָם) là "liền" giống như trong Giô-na 1:3. Tuy nhiên BTT giữ nguyên liên kết với mệnh lệnh trong Giô-na 3:2 "ngươi khá chờ dậy" (קוּם) bằng cách dịch động từ đầu tiên của Giô-na 3:3 là "chờ dậy" (וַיָּקָם).

[205] Stuart, *Hosea-Jonah*, 482.

gian cần để đi bộ ngang qua thành vì một ngày một người có thể đi bộ khoảng 27 km, mà chiều dài của thành Ni-ni-ve khi đó không quá 5 km.[f] Có thể ý của tác giả ở đây không đơn thuần chỉ nói về thời gian đi lại. Wiseman cho rằng có hai cách để giải thích câu này.[g]

1. Có thể nó nói đến một ngày để đi hết thành, một ngày đi thăm viếng và nghỉ ngơi, và một ngày để ra khỏi thành. Theo Wiseman, quan điểm này phù hợp với phong tục tiếp khách thời đó. Tuy nhiên, Sasson phản đối cách giải nghĩa này vì ông cho rằng, phong tục mà Wiseman mô tả liên quan đến nghi thức ngoại giao, nhưng Giô-na không phải đến thành Ni-ni-ve để thương lượng về một hiệp ước ngoại giao.[h]

2. Có thể nói đến cả khu vực, bao gồm mấy thành khác xung quanh như Aššur, Calah, và Dūr-Sarrukēn, một khu vực có chiều dài khoảng 50–100 km. Khi đó, việc đi mất ba ngày là rất hợp lý.[i]

3. Một lựa chọn thứ ba Wiseman không đề cập đến, đó là ba ngày là thời gian cần thiết để giảng sứ điệp mà Chúa giao cho ông. Nếu ông phải đi khắp nơi trong thành để giảng cho nhiều người khác nhau, thì công việc này sẽ mất mấy ngày.[j] Tuy nhiên, ông không thực sự vâng phục Chúa khi công bố sự sụp đổ của thành Ni-ni-ve.[k] Về việc Giô-na không hoàn toàn vâng phục Chúa, xin xem lại phần giải nghĩa 3:4.

Theo quan điểm của tôi, dù có một số cách giải thích khả dĩ, chúng ta vẫn không thể biết chắc ý nghĩa của cụm từ "thành lớn Ni-ni-ve". Tuy không biết chắc nghĩa của cụm từ này nhưng điều chúng ta có thể chắc chắn là việc rao giảng sứ điệp đoán phạt dân thành Ni-ni-ve không hề đơn giản.

---

[a] Sasson, *Jonah*, 228; Youngblood, *Jonah*, 132.

[b] Allen cho rằng cách mô tả thành Ni-ni-ve lớn như thế phù hợp với thời vua San-chê-ríp (thế kỷ 7 TC., sau thời của Giô-na) khi thành Ni-ni-ve được mô tả như có chu vi 12 km. Tuy nhiên, nếu thời gian Giô-na 3:3 nói là thời gian đi từ một bên sang bên kia, thì cách mô tả này không phù hợp với Giô-na 4:11, cho rằng có 120.000 người, là dân số phù hợp với thành có chiều rộng 5 km. Như vậy, theo Allen, tác giả nói phóng đại (Allen, *The Books of Joel, Obadiah, Jonah, and Micah*, 222). Cũng xem Limburg, *Jonah*, 77–78.

[c] Wiseman, "Jonah's Nineveh", 35–36. Tuy nhiên, Sasson phản đối cách giải nghĩa này, cho rằng ý của Giô-suê 10:2 là nói rằng Ga-ba-ôn lớn hơn A-hi vì Ga-ba-ôn có nhiều chiến sĩ hơn A-hi (*Jonah*, 229).

[d]Wiseman, "Jonah's Nineveh", 36. Stuart cho rằng cụm từ này có thể nói rằng đây là thành phố rất quan trọng, ngay cả theo tiêu chuẩn của Đức Chúa Trời, dựa vào những cụm từ tương tự trong Sáng 10:9 và Thi 36:7 (Stuart, *Hosea-Jonah*, 484).

[e]Sasson, *Jonah*, 229–30. Cũng xem Youngblood, *Jonah*, 131.

[f]Wiseman, "Jonah's Nineveh", 37.

[g]Wiseman, "Jonah's Nineveh", 37–42.

[h]Sasson, *Jonah*, 230.

[i]Cũng xem Paul Ferguson, "Who Was the 'King of Nineveh' in Jonah 3:6", *Tyndale Bulletin* 47 (1996): 306–308.

[j]Stuart, *Hosea-Jonah*, 488.

[k]Ray Lubeck, "Prophetic Sabotage: A Look at Jonah 3:2–4", *Trinity Journal* 9 (1988): 42.

Theo câu 4, tiên tri Giô-na đi một ngày mới đến nơi ông cần giảng. Chúng ta không biết ông có giảng tại nhiều địa điểm khác nhau hay không. Câu này ngụ ý ông chỉ giảng ở một địa điểm mà thôi, nhưng có thể ông phải đi nhiều nơi. Nếu câu 3 muốn nói rằng việc giảng cho thành Ni-ni-ve phải mất ba ngày (xem phần **Nghiên cứu thêm: "Thành lớn Ni-ni-ve" có nghĩa là gì?**), thì Giô-na chưa thực sự hoàn tất sứ mạng Chúa giao cho ông. Ngoài ra, nội dung của sứ điệp cũng ngụ ý ông chưa thực sự vâng phục Chúa và rao ra sứ điệp mà Chúa bảo ông giảng.[206] Ông giảng một sứ điệp thật đáng sợ và ngắn gọn:

"Còn bốn mươi ngày nữa Ni-ni-ve sẽ bị sụp đổ!"[207]

---

[206]Lubeck, "Prophetic Sabotage".

[207]Động từ "sụp đổ" (נֶהְפָּכֶת) không phải là động từ bình thường cho việc Chúa đe dọa phá hủy thành độc ác. Mặc dù Sáng 19:21, 25, và 29 sử dụng động từ này cho thành Sô-đôm và Gô-mô-rơ (Limburg, *Jonah*, 79) và một vài phân đoạn khác trong các sách tiên tri cũng dùng động từ này cho ý tương tự (Giê 20:16; A-mốt 4:11; A-ghê 2:22), nhưng bình thường các nhà tiên tri dùng động từ אבד cho việc trừng phạt bằng cách phá hủy (Ê-sai 26:14; 37:19; 41:11; 60:12; Giê 1:10; 6:21; 9:11; 12:17; 15:7; 18:7; 27:10; 31:28; 46:8; 48:8, 46; 49:38; 51:18; Êxê 6:3; 25:7; 25:16; 30:13; A-mốt 1:8; 3:15; Áp-đia 8; Sô 2:5, 13; Xa 9:5). Giô-na có thể dùng động từ אבד ("chết" hoặc "giết chết"), cũng như trong Giô-na 1:6 và 14; 4:10. Ngay cả vua thành Ni-ni-ve dùng từ này trong Giô-na 3:9. Động từ הפך mơ hồ hơn, cũng có thể dùng cho việc một người được đổi mới (ví dụ: khi Sau-lơ nhận Thánh Linh trong 1 Sa 10:9–12; cũng xem Giê 13:23; 31:13; Giô-ên 3:4). Vì vậy Lubeck kết luận Giô-na dùng động từ có hai ý nghĩa. Giô-na muốn thành bị sụp đổ, nhưng cuối cùng thành được biến đổi theo ý muốn của Chúa (Lubeck, "Prophetic Sabotage", 43–44; cũng xem Yehoshua Gitay, "Jonah: The Prophecy of Antirhetoric", trong *Fortunate the Eyes that See: Essays in Honor of David Noel Freedman in Celebration of His Seventieth Birthday*, btv. Astrid B. Beck [Grand Rapids: Eerdmans, 1995], 201). Đây là cách hiểu vai trò của động từ này bắt nguồn từ các nhà giải nghĩa Do Thái thời trung cổ (Sasson, *Jonah*, 234–35).

Đây là lời tiên tri khác thường vì nhiều lý do, có thể vì Giô-na không muốn rao giảng sứ điệp đem lại hiệu quả cho dân thành Ni-ni-ve. Sứ điệp này có một số đặc điểm khác thường như sau:

1. Lời tiên tri thường được giới thiệu bằng cụm từ "Đức Giê-hô-va phán..." (ví dụ: Ê-sai 7:7; Giê 2:2; Na 2:13; v.v...), nhưng lời này thì không.[208]
2. Tiên tri Giô-na nổi giận khi dân thành Ni-ni-ve ăn năn.[209]
3. Tác giả không nói "Chúa phán..." như một tiên tri bình thường, khiến chúng ta không chắc ông đã thực sự vâng phục Chúa để nhân danh của Đức Gia-vê tuyên bố lời Ngài cho dân thành Ni-ni-ve.[210]
4. Sứ điệp này không đề cập đến danh xưng của Chúa, không đưa ra hy vọng nào, cũng không cho biết lý do họ sẽ bị đoán phạt, chỉ tuyên bố hoạn nạn sắp đến.

Vì vậy, hình như nhà tiên tri muốn nói tiên tri sao cho không ai muốn nghe sứ điệp của ông.[211] Ông không muốn dân thành Ni-ni-ve ăn năn và thoát khỏi tai vạ.

Vì sao Giô-na cho biết còn bốn mươi ngày? Có thể điều này ám chỉ việc Môi-se kiêng ăn bốn mươi ngày khi dân Y-sơ-ra-ên phạm tội thờ con bò vàng (Xuất 34:28). Nếu vậy, lẽ ra tiên tri Giô-na phải cầu thay cho thành Ni-ni-ve y như Môi-se đã cầu thay cho dân Y-sơ-ra-ên, nhưng ông đã không làm.[212]

Một chi tiết cuối cùng trong câu 4, câu này chỉ đề cập đến ngày giảng thứ nhất của Giô-na. Vì sao không đề cập đến ngày thứ hai hoặc thứ ba? Có thể là vì dân thành Ni-ni-ve nhanh chóng ăn năn nên Giô-na chỉ cần giảng một ngày, rồi sau đó không cần giảng nữa.[213]

3:5 Không ngờ diễn biến trong câu 5 làm cho tiên tri Giô-na và người Y-sơ-ra-ên vô cùng ngạc nhiên. Đây là một xã hội độc ác (theo 1:2), là quốc gia có quân đội hùng hậu đánh bại nhiều nước khác. Ắt hẳn họ sẽ không chịu nghe lời một tiên tri của Y-sơ-ra-ên đâu! Nhưng đó chính là phép lạ Chúa làm qua lời giảng của tiên tri Giô-na. Có thể Giô-na đến thành Ni-ni-ve đúng lúc, khi dân thành Ni-ni-ve đang lo sợ vì một điều mà họ cho là điềm báo về một sự kiện nghiêm trọng sắp xảy ra. Theo cách nghĩ của người A-si-ri,

---

[208] Trible, *Rhetorical Criticism*, 180.
[209] Lubeck, "Prophetic Sabotage", 41.
[210] Lubeck, "Prophetic Sabotage", 42.
[211] Lubeck, "Prophetic Sabotage", 43.
[212] Youngblood, *Jonah*, 134.
[213] Stuart, *Hosea-Jonah*, 488.

quân đội nước ngoài xâm lược, nhật thực, đói kém hoặc lụt lội có thể khiến một vị vua của A-si-ri tin vào sứ điệp của tiên tri Giô-na.[214]

Việc họ "tin Đức Chúa Trời" có nghĩa là họ được thuyết phục rằng sứ điệp của Ngài là đúng.[215] Tuy nhiên, hành động tiếp theo của dân thành Ni-ni-ve cho thấy rằng họ không chỉ tin rằng thông tin này là thật. Họ còn thay đổi thái độ của mình, họ còn ăn năn. Việc mặc "áo sô" (BTT: "bao gai") là hành động bày tỏ nỗi đau buồn trước mặt Đức Chúa Trời, như khi họ thương tiếc trước cái chết của một người thân yêu.[216] Ví dụ, Gia-cốp đã xé áo mình và mặc áo sô khi tin rằng Giô-sép đã qua đời (Sáng 37:34; cũng xem Thi 30:11; Ca 2:10). Khi Đa-ni-ên biết về những tai họa sẽ đến, ông cũng mặc áo sô (Đa 9:3). Câu này nhấn mạnh cả cộng đồng mặc áo sô, không chỉ một số người ("từ những người lớn nhất cho đến những kẻ nhỏ nhất"). Nhưng ý nghĩa của hành động này là gì? Những lời vua thành Ni-ni-ve nói góp phần giúp chúng ta hiểu thêm.

3:6 Trước khi đến nội dung lời tuyên bố của vị vua này, chúng ta phải tìm hiểu chức danh và hành động của ông. Về chức danh, chúng ta không nên hiểu vua thành Ni-ni-ve giống như "vua A-si-ri" (ví dụ: 2 Vua 15:19).[217] Thật ra, vào thời này, "vua" có thể nói đến một tổng đốc hoặc quan cai trị một thành.[218] Ngoài ra, hồi đó, người A-si-ri không phân biệt giữa tổng đốc của thành Ni-ni-ve với tỉnh Ni-ni-ve.[219] Vì vậy, chúng ta phải hiểu vua này là lãnh đạo địa phương, không phải là lãnh đạo của cả đế quốc A-si-ri.

Về hành động của vị vua này trong Giô-na, có lẽ vị vua này không trực tiếp được nghe lời giảng của tiên tri Giô-na mà ông chỉ nghe tin đồn về sứ điệp ấy. Chắc hẳn ông cũng được nghe về đáp ứng của dân thành Ni-ni-ve.

---

[214]Stuart, *Hosea-Jonah*, 490–91.

[215]Động từ có nghĩa là "tin" (אמן) ở đây cũng được dùng trong Xuất 4:8–9 khi Đức Gia-vê cung cấp cho Môi-se những dấu lạ để thuyết phục người Ai Cập tin ông và cho người Y-sơ-ra-ên tự do đi ra đồng vắng thờ phượng Ngài.

[216]Stuart, *Hosea-Jonah*, 489.

[217]Chức danh này chỉ có trong Giô-na 3 (Handy, "Of Captains and Kings", 38). Vào thời Giô-na, thành Ni-ni-ve không phải là thủ đô của đế quốc A-si-ri Handy, "Of Captains and Kings", 39.

[218]Ferguson, "Who Was the 'King of Nineveh' in Jonah 3", 303.

[219]Ferguson, "Who Was the 'King of Nineveh' in Jonah 3", 304–305.

Vị vua này được thúc giục và hành động.[220] Tác giả dùng bốn động từ để trình bày hành động của vị vua này, sắp xếp theo thứ tự ABB'A':

A - Vua đứng dậy khỏi ngai

   B - lột áo bào mình ra,

   B' - quấn vải sô

A' - và ngồi trong tro.

Phần A và A' liên quan đến vị trí ngồi của vua (bỏ đi ngai, ngồi trong tro). Phần B và B' liên quan đến y phục của vua (bỏ đi áo bào hoàng gia, mặc vải sô giống như người dân). Bốn hành động này nhấn mạnh thái độ khiêm nhường, sự đau buồn và mong muốn thay đổi của vị vua này.[221]

3:7–8 Ba câu tiếp theo giải thích thêm về ý nghĩa của những hành động này. Theo câu 7, vua, cùng với "các quan đại thần" (có nghĩa là những người có địa vị cao trọng trong xã hội) ban lệnh cho "khắp thành Ni-ni-ve" bao gồm cả người và súc vật.[222] Vua thành Ni-ni-ve thấy dân chúng hành động, và sắc lệnh của vua cũng củng cố hành động của dân chúng.[223] Theo câu 7, nội dung của sắc lệnh ấy là họ phải kiêng ăn và kiêng cả uống. Hành động này cho thấy cam kết của họ, vì súc vật là tài sản quý. Câu 8 nói tiếp họ phải "quấn vải sô", hành động đi kèm với kiêng ăn để cho thấy lời cầu nguyện của họ rất nghiêm túc. Hai mệnh đề cuối của câu 8 giải thích ý nghĩa của những hành động này:

"Mọi người hãy ra sức kêu cầu với Đức Chúa Trời. Mỗi người hãy từ bỏ đường lối xấu xa và việc làm hung dữ của tay mình."

Lời kêu gọi này giống như lời kêu gọi cầu nguyện của các thủy thủ trong 1:5–6 và việc họ kêu cầu Chúa trong 1:14.[224] Họ là những người gian ác,

---

[220]Stuart dịch mệnh đề đầu tiên: "Tin ấy đã chạm vua thành Ni-ni-ve" (וַיִּגַּע הַדָּבָר אֶל־מֶלֶךְ נִינְוֵה), có nghĩa vua được cảm động bởi lời tiên tri của Giô-na (Stuart, *Hosea-Jonah*, 484). Sasson không đồng ý rằng động từ נָגַע có ý nghĩa về cảm xúc mà là về xúc giác (*Jonah*, 248). Tuy nhiên, chúng ta cũng biết qua bối cảnh rằng việc ông nghe dẫn đến thái độ ăn năn cho nên cảm xúc của vua cũng được ảnh hưởng bởi lời Chúa.

[221]Handy, "Of Captains and Kings", 42.

[222]Việc vua đề cập đến súc vật nhấn mạnh tầm quan trọng của lệnh của vua (Stuart, *Hosea-Jonah*, 485).

[223]Stuart, *Hosea-Jonah*, 493.

[224]Thật thú vị khi tác giả dùng động từ קרא cho việc công bố của Giô-na trong 3:2 và 3:4, và cũng dùng cho việc dân thành Ni-ni-ve kêu cầu Chúa trong 3:8. Qua nhà tiên tri của Ngài, Đức Gia-vê công bố lời phán xét cho người thành Ni-ni-ve, và họ kêu cầu Ngài đổi ý, không giáng tai họa.

thờ nhiều thần tượng, không thờ phượng Đức Gia-vê như người Y-sơ-ra-ên nhưng họ lại tin Ngài và kêu xin Ngài thương xót.

Ngoài ra, chúng ta biết họ thực sự ăn năn vì vị vua này đã kêu gọi họ "từ bỏ đường lối xấu xa và việc làm hung dữ của tay mình".[225] Mặc dù sứ điệp của tiên tri Giô-na trong 3:4 không đưa ra lý do, nhưng 1:2 giải thích rằng lý do dân thành Ni-ni-ve bị phán xét là vì tội ác của họ. Vì vị vua này đưa ra chính xác lý do họ bị phán xét nên rất có thể tác giả đã không ký thuật lại toàn bộ sứ điệp của Giô-na. Dù có hay không, cách vua nói "Mỗi người hãy từ bỏ đường lối xấu xa" (3:8) là cách nói tương tự nhiều phân đoạn Kinh Thánh khác (2 Vua 17:13; 2 Sử 7:14; Giê 18:11; Êxê 3:19; 18:23; Xa 1:4; v.v...).[226]

3:9 Chúng ta phải nhớ rằng trong lời tiên tri của Giô-na không có một tia hy vọng nhỏ nhoi nào. Tuy nhiên, vua thành Ni-ni-ve vẫn kêu gọi dân chúng cầu nguyện. Vua biết rằng nếu Chúa không đổi ý, thì họ sẽ chết. Dựa vào điều gì mà ông hy vọng như vậy? Các sách tiên tri đưa ra nhiều lời tiên tri cảnh báo nhưng cũng cung cấp cơ hội ăn năn. Giê-rê-mi 18:7–8 mô tả cách Chúa đối xử với một nước đã ăn năn:

> Khi Ta công bố bứng gốc, phá vỡ hoặc tiêu diệt một nước hay một vương quốc nào đó, nhưng nếu nước mà Ta định trừng phạt đó từ bỏ điều ác thì Ta sẽ thay đổi ý định giáng họa trên chúng.

Ở đây không hề cho cơ hội đó. Tuy nhiên, trong sự tể trị của Chúa, lời phán xét này hình như nhắm khơi gợi sự ăn năn.[227]

Những từ đầu tiên của câu này giống với Giô-ên 2:14: "Biết đâu Ngài sẽ quay lại, đổi ý...." Giô-ên 2:13 giống Giô-na 4:2 ở điểm nó nhấn mạnh Chúa "nhân từ, thương xót, chậm giận và giàu tình thương; đổi ý không giáng tai họa". Như vậy, niềm hy vọng của vua và dân chúng không phải là không có căn cứ.[228] Tuy nhiên, vị vua này không biết chắc Chúa có đổi ý của Ngài hay

---

[225] Christensen khám phá trong 3:7 rằng tác giả chơi chữ. Trong nguyên văn, khi ra lệnh mọi người và mọi súc vật phải kiêng ăn, vua dùng cụm từ אַל־יִרְעוּ ("Không được để cho nó ăn") có nghĩa các súc vật không được ăn, giống như mệnh đề trước. Tuy nhiên, động từ רעה ("cho ăn") gần giống động từ רעע ("là xấu, độc ác"). Ông cho rằng tác giả chơi chữ ở đây vì những câu tiếp theo sử dụng từ động từ רעע hoặc danh từ liên quan, רעה, cho việc người thành Ni-ni-ve bỏ việc xấu xa của họ (Giô-na 3:8, 10), Giô-na nổi giận (Giô-na 4:1), và Chúa "đổi ý không giáng tai vạ (הָרָעָה)" (4:2) (Duane L Christensen, "Anticipatory Paronomasia in Jonah 3:7–8 and Genesis 37:2", *Revue biblique* 90, số ph. 2 [1983]: 261–63).

[226] Limburg, *Jonah*, 83.

[227] Walter J. Houston, "What Did the Prophets Think They Were Doing? Speech Acts and Prophetic Discourse in the Old Testament", *Biblical Interpretation* 1 (1993): 167.

[228] Stuart, *Hosea-Jonah*, 494.

không.[229] Chúa là Đấng tự do nhưng Ngài cũng thành tín. Mặc dù vua thành Ni-ni-ve không biết, nhưng lời Chúa cho biết Đức Gia-vê là Đấng "nhân từ, thương xót, chậm giận, giàu ơn và đổi ý không giáng tai vạ" (4:2).[230]

3:10 Đúng như lời mô tả về Ngài trong Giê-rê-mi 18:7–8, Chúa đã đổi ý. Đức Chúa Trời là Đấng toàn tri, Ngài biết mọi sự trong quá khứ, hiện tại và tương lai. Ngài thấy dân thành Ni-ni-ve ăn năn bằng hành động, và Ngài đổi ý, không giáng tai họa trên họ. Lời đe dọa của Ngài chứa đựng khả năng Ngài sẽ đổi ý, không giáng tai vạ vì Ngài là Đấng "không muốn một người nào chết mất mà muốn mọi người đều ăn năn" (2 Phi 3:9). Ngài bày tỏ sự tể trị của mình qua ân điển và sự kiên nhẫn, hoàn toàn đối lập với sự bướng bỉnh của Giô-na.[231] Cách phân đoạn này mô tả việc Chúa đổi ý giống với Xuất Ê-díp-tô Ký 32:14 khi Ngài không giáng tai họa trên dân Y-sơ-ra-ên sau khi họ phạm tội, thờ con bò vàng. Như thế, sự thương xót trước đây dành cho dân Y-sơ-ra-ên lần này được áp dụng cho dân A-si-ri, nhấn mạnh sự thương xót của Chúa thật sâu rộng.[232]

Khi dân thành Ni-ni-ve ăn năn, điều đó có phải có nghĩa là họ đã được cứu rỗi, và chúng ta sẽ gặp lại họ ở trời mới, đất mới không? Đây là câu hỏi hợp lý đối với chúng ta ngày nay vì chúng ta biết Chúa Giê-xu và Tin Lành. Tuy nhiên, trong thời tiên tri Giô-na, các tín đồ Cựu Ước chưa có đầy đủ sự hiểu biết về Chúa Giê-xu. Chúng ta không biết chắc tình trạng thuộc linh của họ. Câu chuyện cho biết họ đã thoát khỏi cơn thịnh nộ và sự chết trong tình huống này. Tuy nhiên, câu chuyện không cho biết gì về việc thoát khỏi cơn thịnh nộ vào ngày phán xét cuối cùng. Tuy nhiên, trong Ma-thi-ơ 12:41, Chúa Giê-xu phán:

> Trong ngày phán xét, người Ni-ni-ve sẽ trỗi dậy cùng thế hệ nầy và kết án nó, vì dân ấy đã nghe lời rao giảng của Giô-na và ăn năn, nhưng tại đây có một người còn cao trọng hơn Giô-na!

Câu này ít nhất cũng cho biết rằng dân thành Ni-ni-ve sẽ có mặt trong ngày phán xét cuối cùng, và họ sẽ có ý kiến về những người thời Chúa Giê-xu không chịu ăn năn dù họ được gặp Chúa Giê-xu. Rất có thể họ sẽ được cứu nhờ Chúa Giê-xu vì họ đã tin nơi Đức Chúa Trời. Tuy nhiên, nói vậy thì chúng ta cũng chỉ suy đoán mà thôi. Đối với chúng ta ngày nay, vấn đề quan trọng không phải là số phận của dân thành Ni-ni-ve mà là tình trạng của chính chúng ta.

[229]Limburg, *Jonah*, 83.
[230]Limburg, *Jonah*, 85.
[231]Stuart, *Hosea-Jonah*, 496.
[232]Youngblood, *Jonah*, 144.

Sứ điệp cho hội thánh

Trong chương 4 câu chuyện sẽ lại tập trung vào tiên tri Giô-na và thái độ của ông trước tình yêu thương của Đức Chúa Trời. Dựa trên chương 3, chúng ta có thể rút ra một vài bài học quan trọng liên quan đến thẩm quyền của lời Chúa, quyền tự do của Chúa và trách nhiệm của con người đối với Ngài.

Lời Chúa đầy hiệu quả

Một lần nữa Chúa phán bảo tiên tri Giô-na. Lần này ông vâng phục và thực hiện sứ mạng rao ra cho dân thành Ni-ni-ve lời phán xét của Đức Chúa Trời vì tội ác của họ. Điều ngạc nhiên là họ đã lắng nghe và ăn năn! Sứ điệp của tiên tri Giô-na không phải là sứ điệp tích cực, làm cho dân thành Ni-ni-ve cảm thấy bình an và vui vẻ. Chắc chắn khi nghe sứ điệp ấy, họ không cảm thấy thoải mái. Có thể họ đã cảm thấy giận dữ vì sự kiêu ngạo của tiên tri Giô-na khi cáo trách đế quốc vĩ đại của A-si-ri. Có thể họ run sợ trước sứ điệp khủng khiếp mà ông đem đến cho họ. Tôi không thể chỉ trích Giô-na vì ông sợ phải đến giảng sứ điệp này cho họ bởi vì, nếu tôi được kêu gọi giảng như thế, thì tôi cũng sẽ sợ.

Tuy nhiên, lời Chúa luôn có thẩm quyền. Đức Chúa Trời không phán những lời vô ích. Ê-sai 55:7 kêu gọi kẻ ác ăn năn, và sau đó trong câu 10–11 có lời quý báu này:

> Vì như mưa và tuyết từ trời rơi xuống
> Và không trở về đó nữa mà tưới nhuần đất đai,
> Làm cho đâm chồi nảy lộc,
> Để có hạt giống cho kẻ gieo, có bánh cho kẻ ăn,
> Thì lời của Ta cũng vậy,
> Đã ra khỏi miệng Ta sẽ không trở về luống công,
> Nhưng sẽ thực hiện ý Ta muốn,
> Và hoàn thành việc Ta giao.

Chúa nói rằng, bởi tội ác của họ, dân Y-sơ-ra-ên sẽ phải đối diện với cuộc lưu đày, nhưng Ngài cũng hứa sẽ phục hồi cộng đồng của những người yêu mến Ngài và ăn năn tội ác mình. Ở đây, Ê-sai đưa ra lời hứa rằng Ngài sẽ thực hiện ý muốn của Ngài, được phán ra qua lời Ngài.

Qua Ê-phê-sô 1:11, chúng ta biết Chúa là "Đấng hoàn thành mọi sự theo mục đích Ngài muốn". Vì vậy, mỗi khi rao giảng Tin Lành, chúng ta cũng biết rằng Chúa sẽ hoàn thành ý định của Ngài trong đời sống của người nghe sứ điệp ấy. Trong sự mầu nhiệm của ý muốn Đức Chúa Trời, không phải lúc nào Ngài cũng giải cứu. Như sứ đồ Phao-lô đã viết, rằng:

Đối với những người bị hư mất, chúng tôi là mùi sự chết, dẫn đến sự chết; đối với những người được cứu rỗi, chúng tôi là mùi sự sống, dẫn đến sự sống. (2 Cô 2:16)

Lời Chúa luôn hiệu quả, luôn làm thành ý muốn của Chúa, cho dù kết quả ấy có thể là người hư mất tiếp tục bị dẫn đi trên con đường đến sự chết hay người được cứu được dẫn tiếp trên con đường đến sự sống. Chúng ta không biết ai được chọn, nhưng chúng ta cũng không cần biết. Chúng ta cứ rao giảng Tin Lành và tin cậy Chúa dùng lời Ngài để thực hiện ý muốn tốt đẹp của Ngài.

Đức Chúa Trời tự do bày tỏ lòng thương xót

Việc Chúa thương xót dân thành Ni-ni-ve là bằng chứng về thuộc tính của Đức Chúa Trời: Ngài là Đấng có quyền tự do bày tỏ lòng thương xót. Giống như tiên tri Giô-na, chúng ta có thể tin rằng một số người sẽ bị hư mất, vì họ quá gian ác không thể nào tin Chúa. Tuy nhiên, Chúa là Đấng vui lòng giải cứu những người có vẻ quá cứng đầu, không thể nào ăn năn. Sứ đồ Phao-lô là ví dụ điển hình: ông vốn là người bắt bớ hội thánh, ông xếp mình là "người đứng đầu" trong các tội nhân (1 Ti 1:15), nhưng Chúa giải cứu ông. Chúng ta không nên nghĩ rằng tội lỗi của mình quá lớn không thể cứu vãn được vì ân điển của Chúa vượt quá sự hiểu biết và suy tính của chúng ta.

Chúng ta phải ăn năn

Cách đáp ứng trong câu chuyện này là ăn năn, giống như người Ni-ni-ve ngày xưa. Sứ đồ Phao-lô giảng sứ điệp ăn năn ở thành A-thên như sau:

"Thế thì, Đức Chúa Trời đã bỏ qua các thời kỳ ngu dại đó; nhưng bây giờ, Ngài ra lệnh mọi người ở khắp mọi nơi phải ăn năn. Vì Ngài đã ấn định một ngày mà Ngài sẽ lấy sự công chính phán xét thế gian bởi Người Ngài đã lập. Và để xác chứng cho mọi người thấy, Ngài đã khiến Người sống lại từ cõi chết." (Công 17:30–31)

Chúa Giê-xu đã đến và Ngài vĩ đại hơn Giô-na (xem Mat 12:41). Cách đáp ứng duy nhất là ăn năn và tin nhận Ngài.

Đây có phải là kết luận của toàn bộ câu chuyện trong sách Giô-na không?

Nếu như vấn đề chính của sách Giô-na là sự vâng phục của tiên tri Giô-na hoặc thái độ của dân thành Ni-ni-ve, thì sách Giô-na có thể kết thúc ở chương 3. Giô-na đã vâng phục, và dân thành Ni-ni-ve đã ăn năn và được giải cứu. Đủ rồi.

Tuy nhiên, vấn đề lớn hơn là tình yêu thương của Đức Chúa Trời và thái độ của tiên tri Giô-na (và của cả chúng ta!) về việc Ngài thương xót kẻ thù. Để tìm hiểu vấn đề đó, chúng ta phải đọc tiếp chương 4.

Giô-na 4:1–11

Đến lúc này Giô-na đã chạy trốn sứ mạng giảng cho thành Ni-ni-ve, bị Chúa dùng cơn bão bắt lại, bị ném xuống biển và được giải cứu thông qua con cá lớn. Cuối cùng ông miễn cưỡng đến thành Ni-ni-ve và giảng cho họ. Tuy nhiên, khi dân thành Ni-ni-ve ăn năn và được giải cứu, ông lại nổi giận vì lời giảng của ông mang lại kết quả tốt đẹp. Chương 4 kể lại sự kiện ông tranh cãi với Chúa vì Ngài thương xót dân thành Ni-ni-ve. Chương 4 là cao trào của sách Giô-na. Chương này cho ta thấy tâm trạng của Giô-na và đây cũng chính là thời điểm để Đức Gia-vê sửa lại thái độ sai lầm của ông.

Phân tích cốt truyện

Câu chuyện xảy ra ở hai địa điểm khác nhau. Bối cảnh thay đổi trong câu 5 khi tiên tri Giô-na "ra khỏi thành Ni-ni-ve". Bối cảnh này chia câu chuyện thành hai cảnh riêng biệt:

> Cảnh 1: Trong thành Ni-ni-ve (4:1–4)
> Cảnh 2: Ngoài thành Ni-ni-ve (4:5–11)
> Cảnh 2 bao gồm hai ngày (4:7: "qua ngày sau"), nhưng không thay đổi vị trí địa lý.

Mặc dù có hai cảnh, nhưng đây là một câu chuyện hợp nhất bởi cuộc đối thoại giữa Đức Gia-vê và tiên tri Giô-na.[233] Ba lần Giô-na cầu nguyện với Chúa (4:2–3, 8, 9), và ba lần Chúa trả lời bằng một câu hỏi (4:4, 9, 10–11). Cuộc đối thoại này liên quan đến hai vấn đề: thành Ni-ni-ve và dây dưa. Chúng ta có thể hiểu cốt truyện như sau:

1. Mâu Thuẫn 1: Giô-na nổi giận vì người Ni-ni-ve ăn năn và được tha thứ (4:1–3)

---

[233]Mặc dù cả hai nhân vật đã được đề cập trong sách, nhưng đây là lần đầu tiên họ đối thoại (Youngblood, *Jonah*, 148).

2. Diễn biến: Chúa chất vấn Giô-na (4:4)

3. Diễn biến: Chúa cho Giô-na một dây dưa phủ bóng mát trên đầu ông (4:5–6)

4. Mâu Thuẫn 2: Giô-na nổi giận khi dây dưa héo (4:7–8)

5. Diễn Biến: Chúa chất vấn Giô-na về dây dưa (4:9ab)

6. Diễn Biến: Giô-na khẳng định ông đúng về chuyện dây dưa (4:9cd)

7. Giải pháp: Đức Gia-vê chất vấn Giô-na về dây dưa và thành Ni-ni-ve (4:10–11)

Như Chúa giải thích trong câu 10–11, sự kiện liên quan đến dây dưa là bài học với mục đích sửa lại quan điểm của Giô-na về thành Ni-ni-ve. Giô-na nổi giận vì người Ni-ni-ve được giải cứu. Ông cũng nổi giận khi dây dưa héo. Tuy nhiên, vì Giô-na không tạo ra dân thành Ni-ni-ve và cũng không chăm sóc dây dưa, nên thái độ của ông thật vô lý. Chỉ Đức Chúa Trời mới có quyền quyết định số phận của dây dưa cũng như của người Ni-ni-ve.

Một học giả đã phân tích cấu trúc của chương này như sau:

A. Vấn đề được phơi bày: Giô-na giận dữ vì sự thương xót của Chúa (4:1–2)

   B. Giô-na xin chết, Chúa đặt vấn đề về lý do ông tức giận (4:3–4)

      C. Chúa cung cấp dây dưa để Giô-na đỡ nóng (4:5–6)

      C'. Chúa dùng con sâu để làm dây dưa khô héo và khiến Giô-na tức giận một lần nữa (4:7–8a)

   B'. Giô-na lại xin chết, Chúa đặt vấn đề về lý do ông tức giận (4:8b–9)

A'. Giải pháp: Chúa giải thích lý do Ngài thương xót dân thành Ni-ni-ve (4:10–11)[234]

Tìm hiểu chi tiết

4:1–3 Tác giả không cần cho biết thông tin về tình huống ban đầu của câu chuyện vì Giô-na 3:10 đã cung cấp thông tin đó: Chúa đổi ý, không giáng tai họa trên thành Ni-ni-ve. Như vậy, tác giả giới thiệu mâu thuẫn ngay lập tức, đó là tiên tri Giô-na "bất bình và giận dữ" (4:1). Bản truyền thống dịch sát với nguyên văn: "Giô-na rất không đẹp lòng".[235] Giận dữ là chủ đề quan trọng trong nửa phần sau của sách Giô-na. Mệnh lệnh của vua thành Ni-ni-ve trong 3:9 căn cứ trên niềm hy vọng rằng Chúa sẽ "đổi ý và nguôi cơn thịnh nộ của Ngài" trên họ, và Chúa đã đổi ý (3:10). Tuy nhiên, 4:4 và 4:9 đã

---

[234]Wendland, "Text Analysis and the Genre of Jonah (Part 2)", 382.

[235]Có thể dịch rất sát: "Chuyện này rất xấu đối với Giô-na" (וַיֵּרַע אֶל־יוֹנָה רָעָה גְדוֹלָה).

đề cập đến sự giận dữ của Giô-na.[236] Rõ ràng Giô-na không đồng ý với Chúa vì ông không chấp nhận việc Chúa không giáng tai họa trên thành như Ngài đã báo trước; khi phản đối quyết định của Chúa, ông cho thấy mình còn tệ hơn các thủy thủ và dân thành Ni-ni-ve.[237]

Câu 2–3 kể lại lời cầu nguyện của tiên tri Giô-na. Động từ "cầu nguyện" (פָּלַל) chỉ xuất hiện hai lần trong sách, ở đây và 2:2. Lần đầu, Giô-na xin Chúa thương xót ông. Lần thứ hai, ông cầu nguyện bày tỏ sự bất đồng với sự thương xót Ngài dành cho dân thành Ni-ni-ve.[238] Câu 2 cho biết lý do ông nổi giận và thậm chí còn giải thích lý do ông đã không vâng phục Chúa ngay trong lần đầu được kêu gọi giảng cho dân thành ấy:

> Lạy Đức Giê-hô-va, chẳng phải đây là điều con đã thưa với Ngài khi con còn ở trong xứ của con sao? Đó là lý do con vội vàng trốn qua Ta-rê-si. *Bởi con biết Ngài là Đức Chúa Trời nhân từ, thương xót, chậm giận, giàu ơn và đổi ý không giáng tai vạ.*

Câu này đề cập đến lời Giô-na nói với Chúa khi còn ở trong xứ. Trong sách Giô-na, tác giả không kể lại sự kiện đó, nhưng qua câu này chúng ta có thể biết tinh thần của lời đó. Mặc dù tiên tri Giô-na có sự hiểu biết đúng đắn về Đức Gia-vê, Đấng "nhân từ, thương xót, chậm giận, giàu ơn và đổi ý không giáng tai vạ" (dựa trên Xuất 34:6–7; xem thêm trong phần **Nền tảng thần học của sách Giô-na [Xuất 34:6–7]** trong phần **Giới thiệu**), nhưng ông không chấp nhận việc Chúa đối xử với dân thành Ni-ni-ve như thế. Sự hiểu biết đúng đắn về Chúa không bảo đảm thái độ đúng đắn đối với Chúa (so sánh với việc ma quỷ cũng có sự hiểu biết đúng về Chúa trong Gia-cơ 2:19). Chắc chắn tiên tri Giô-na vui mừng vì sự thương xót của Chúa đối với mình (2:8–9). Tuy nhiên, ông phản đối Chúa khi Ngài thương xót kẻ thù của ông. Vì vậy, trong câu 3 ông đã xin chết.[239]

Giống như Giô-na, tiên tri Ê-li cũng đã xin chết trong 1 Các Vua 19:4. Limburg và học giả khác so sánh câu chuyện về Ê-li và câu chuyện này. Bối cảnh của việc Ê-li xin chết là sau khi ông đối đầu với các tiên tri của Ba-anh và Chúa minh chứng quyền năng của Ngài (1 Vua 18). Sau đó vua A-háp kể chuyện ấy cho Giê-sa-bên nghe, và Giê-sa-bên thề cùng Ê-li rằng bà sẽ giết ông (1 Vua 19:1–2). Ê-li sợ hãi, vì vậy ông chạy trốn đến Bê-e Sê-ba ở Giu-đa,

---

[236]Limburg, *Jonah*, 89.

[237]Graham I. Davies, "Uses of r° Qal and the Meaning of Jonah IV 1", *Vetus testamentum* 27 (1977): 110.

[238]Youngblood, *Jonah*, 152.

[239]Câu 3 bắt đầu với từ וְעַתָּה, từ thường được dùng để giới thiệu một kết luận. Đây là trọng tâm của lời cầu nguyện của Giô-na: ông chọn sự chết thay cho sống với Đức Chúa Trời thương xót dân thành Ni-ni-ve (Stuart, *Hosea-Jonah*, 503).

một hành trình hơn 180 km, tức là rất xa so với một người phải chạy bộ. Như vậy, việc ông xin chết không phải là ngẫu nhiên. Tuy nhiên, Giô-na lại xin chết vì… Chúa không chịu giết dân thành Ni-ni-ve.[240] Khi mô tả Giô-na giống như Ê-li, tác giả sách Giô-na châm biếm Giô-na. Ê-li buồn vì lời tiên tri của ông không khiến người Y-sơ-ra-ên ăn năn, còn Giô-na lại buồn vì lời tiên tri của ông khiến cho dân thành Ni-ni-ve ăn năn.[241]

4:4 Cách Chúa trả lời làm ta ngạc nhiên. Ngài chỉ hỏi ông: "Con giận có đúng không?"[242] Có nghĩa là Giô-na có đúng khi phản đối quyết định của Chúa là không giáng tai họa không? Chúa không trực tiếp trách ông. Nhưng câu trả lời là hiển nhiên, dựa trên lời của Giô-na trong câu 2–3: Chúa là Đấng nhân từ. Sự giận dữ của Giô-na thật sự đã sai.[243] Là độc giả của sách Giô-na, chúng ta phải quyết định mình theo quan điểm của Giô-na hay quan điểm của Chúa.[244]

4:5–6 Câu 5 chuyển sang một bối cảnh khác với bên trong thành, đó là ở ngoài thành, khi Giô-na chờ xem chuyện gì xảy ra cho thành Ni-ni-ve. Mặc dù câu 1–4 được trình bày trước câu 5–11, nhưng có thể sự kiện trong câu 5–11 xảy ra trước câu 1–4. Trong câu 1–4, Giô-na đã biết kết quả—thành Ni-ni-ve không sụp đổ. Tuy nhiên, trong câu 5 hình như ông chưa biết kết quả. Có thể tác giả sắp xếp câu 5–11 như là cảnh hồi tưởng quá khứ, được đặt ở chỗ này nhằm mục đích nhấn mạnh sự dạy dỗ ở đây.[245]

Giô-na "…ra khỏi thành Ni-ni-ve và ngồi ở phía Đông thành". Tại sao đề cập đến hướng Đông? Có thể lý do là vì tác giả muốn ám chỉ Sáng Thế Ký, trong đó hướng Đông là nơi người ta đi khi đi ngược lại ý muốn của Chúa (ví dụ: A-đam và Ê-va bị đuổi ra khỏi vườn về hướng Đông trong Sáng 3:24; Ca-in cũng định cư ở hướng Đông Ê-đen trong Sáng 4:16; người xây tháp Ba-

---

[240] Limburg, *Jonah*, 92.

[241] Youngblood, *Jonah*, 164.

[242] BHĐ cho rằng hình thức vô định tuyệt đối הַהֵיטֵב như là động từ được dịch là "có đúng không?" và chủ ngữ là động từ חָרָה, được dịch là "cơn giận". Tuy nhiên, bình thường hình thức vô định tuyệt đối như thế không phải đóng vai trò động từ mà là vai trò phó từ, mô tả mức độ của động từ "nổi giận" (Yoo-Ki Kim, "The Function of היטב in Jonah 4 and its Translation", *Biblica* 90 [2009]: 392–93). Ở đây có thể dịch là: "Cơn giận con nhiều thế (הַהֵיטֵב)?" vì Giô-na đã xin chết (Youngblood, *Jonah*, 156). Như thế có thể hiểu rằng Đức Chúa Trời thông cảm với Giô-na và nhấn mạnh mức độ giận dữ của Giô-na (Sasson, *Jonah*, 287).

[243] Fretheim, "Jonah and Theodicy", 233–34.

[244] Stuart, *Hosea-Jonah*, 501.

[245] Stuart, *Hosea-Jonah*, 501. Một quan điểm khác là Giô-na đã biết Chúa thương xót rồi nhưng muốn thuyết phục Chúa đổi ý và giáng tai họa (Youngblood, *Jonah*, 166).

bên đang đi hướng Đông khi quyết định xây tháp Ba-bên trong Sáng 11:2, v.v...).[246]

Sau khi Giô-na chuyển từ trong thành ra ngoài thành, Chúa thực hiện một kế hoạch thuyết phục Giô-na chấp nhận rằng Ngài là Đấng có toàn quyền ban ơn cho tội nhân. Mục đích của Giô-na là chờ xem chuyện gì xảy ra cho thành Ni-ni-ve—ông vẫn cương quyết chống lại quyết định của Chúa,[247] mong rằng Chúa sẽ giáng tai họa.

Vì trời nắng, nên ông làm một cái chòi che nắng. Ở A-si-ri không có nhiều cây cối và chắc hẳn ông đã phải dùng đá hoặc đất sét để làm căn chòi ấy. Tuy nhiên, vì thiếu gỗ nên chắc căn chòi không có mái che.[248]

Theo câu 6, Chúa làm cho cái chòi càng ích lợi hơn khi Ngài ban một dây dưa "để phủ bóng trên đầu ông".[249] Món quà này "đỡ khó chịu" và khiến Giô-na vui vẻ. Mặc dù các học giả không biết chắc loại cây được dịch là "dây dưa" trong BHĐ là cây nào (Xem thêm trong phần **Nghiên cứu thêm** ở dưới), nhưng vai trò của cây này trong câu chuyện rất rõ, đó là "để phủ bóng trên đầu" của Giô-na.

---

[246] Youngblood, *Jonah*, 165.

[247] Fretheim, "Jonah and Theodicy", 234

[248] Stuart, *Hosea-Jonah*, 504.

[249] Động từ được dịch là "chuẩn bị" (וַיְמַן) cũng được dùng cho việc Chúa "chuẩn bị" (וַיְמַן) con cá lớn trong Giô-na 2:1 (Youngblood, *Jonah*, 169).

Nghiên cứu thêm: Chúa dùng loại cây nào phủ bóng mát cho Giô-na?

Trong lịch sử giải nghĩa sách Giô-na, có một số quan điểm khác nhau về loại cây Chúa dùng để phủ bóng mát cho Giô-na. Trong phần này, tôi dựa vào bài của B. P. Robinson.[a] Những cách giải nghĩa được đưa ra bao gồm:

1. **Dây dưa tây:** một loại cây phát triển nhanh và được sử dụng ở vùng Palestin để làm sân bóng.[b] Theo Robinson, đây là lựa chọn hợp lý nhất, được ủng hộ trong Bản LXX (bản tiếng Hy Lạp cổ), Peshitta (bản tiếng Syriac), bản King James (bản dịch tiếng Anh nổi tiếng), v.v.... Còn trong tiếng Việt là Bản Truyền Thống, Bản Hiệu Đính Truyền Thống, Bản Phổ Thông, Bản Dịch 2011.

2. **Cây thường xuân:** Theo Symmachus (một nhà giải kinh Do Thái vào thế kỷ 3 SC.) và có thể cũng dựa theo Jerome (nhà giải kinh Cơ Đốc vào thế kỷ 4 SC.). Tuy nhiên, Robinson cho rằng có lẽ Symmachus dịch từ này sang *kissos* (κισσός) vì nghe gần giống *qiqayôn* (קִיקָיוֹן).[c]

3. **Cây thầu dầu (ricinus communis):** Dựa theo lời mô tả của Jerome (thế kỷ 4 SC.), đây là một loại cây phổ biến ở vùng Palestin có hình dạng lá gần giống bàn tay con người. Quan điểm này rất phổ biến trong các sách giải nghĩa.[d] Tuy nhiên, Robinson đồng ý với Tristram rằng cây thầu dầu không phủ bóng hiệu quả lắm.[e]

Cũng có thể tác giả không định nói một loại cây cụ thể nào.[f] Như Youngblood giải thích, ắt hẳn tác giả không quan tâm đến nhiều đến tính chính xác về mặt khoa học bằng việc mô tả vai trò và ý nghĩa của loại cây này trong câu chuyện.[g]

Cách giải nghĩa cuối cùng là nhận thấy tác giả đang chơi chữ với từ được dịch là "dây dưa" (קִיקָיוֹן, *qî-qā-yôn*). Strawn cho rằng từ này nghe gần giống cụm từ được ghép từ động từ mô tả việc "nhả" hoặc "mửa ra" (קִיא) của con cá lớn trong Giô-na 2:11 với tên Giô-na (יוֹנָה). Ông giải thích rằng có hai phần liên quan đến động từ và một phần là liên quan đến Giô-na:

Vô Định Tuyệt Đối (קִיא)	+	Qatal (קִיא)	+	Chủ ngữ/ Đối tượng
qî' (קִיא, "mửa ra")	+	*qā'* (קָא, "anh ấy, nó mửa ra")	+	*yô-nāh* (יוֹנָה, "Giô-na")

Ông cho rằng, để phục vụ mục đích chơi chữ, các từ ngữ này được rút ngắn lại như sau:

$$qî \ (\ קִי) + qā \ (\ קָא) + yôn \ (\ יוֹן)$$
$$qî\text{-}qā\text{-}yôn \ (\ קִיקָיוֹן)$$

Chúng ta có thể dịch "Giô-na thật sự bị mửa ra".[h] Nếu vậy, có thể tác giả muốn liên hệ cây này với việc con cá đã nhả Giô-na lên bờ. Đây là một cách Chúa dạy Giô-na bài học rất khó về lòng thương xót của Ngài.[i]

Rất có thể quan điểm của Strawn cũng đúng. Tuy nhiên, chúng ta không nên quên rằng vai trò chính của cây này là tạo cơ hội cho Chúa dạy Giô-na về quyền tự do bày tỏ lòng thương xót của Ngài.

---

[a]"Jonah's Qiqayon Plant", *Zeitschrift für die alttestamentliche Wissenschaft* 97 (1985): 390–403.

[b]H. B. Tristram, *The Natural History of the Bible* (London: SPCK, 1867), 449–50 được trích dẫn trong Robinson, "Jonah's Qiqayon Plant", 397.

[c]Robinson, "Jonah's Qiqayon Plant", 399.

[d]Ví dụ, Allen, *The Books of Joel, Obadiah, Jonah, and Micah*, 230; Wolff, *Obadiah and Jonah*, 170.

[e]Robinson, "Jonah's Qiqayon Plant", 400.

[f]Chính vì nghi ngờ khả năng xác định chính xác loại cây, Sasson thích phiên âm *qîqāyôn* và không dịch, giống như những bản dịch tiếng Hy Lạp cổ của Aquila và Theodotion (*Jonah*, 291–92).

[g]Youngblood, *Jonah*, 168.

[h]Strawn, "On Vomiting", 456.

[i]Strawn, "On Vomiting", 458.

4:7–8 Cảm giác vui vẻ về cây dưa không tồn tại lâu vì ngày hôm sau Chúa đã cho một con sâu đến chích nó và nó héo đi (4:7).[250] Việc Chúa sai con sâu đến ngay lập tức dễ lại hậu quả, vì Chúa cho "một cơn gió nóng thổi từ phương Đông" (4:8). Có thể cơn gió này thổi và cái chòi của Giô-na bay đi.[251] Cơn gió này từ phía sau ông, nhưng câu 8 cho biết ông "ngất đi" vì chẳng còn dây dưa để phủ bóng mát cho ông. Tiên tri Giô-na cảm thấy tồi tệ đến mức ông muốn chết: "Về phần con, chết còn hơn sống!" (4:8).

4:9 Đức Chúa Trời chất vấn tiên tri Giô-na lần thứ hai: "Con nổi giận vì cớ dây dưa nầy có đúng không?" Câu hỏi này hoàn toàn giống với câu hỏi trong câu 4, trừ việc Chúa thêm "vì cớ dây dưa nầy". Tác giả muốn chúng ta so sánh sự giận dữ của tiên tri Giô-na về thành Ni-ni-ve với sự giận dữ của ông về dây dưa. Như thế, Đức Chúa Trời tập trung vào việc dùng dây dưa để buộc Giô-na phải nói ra điều phi lý, và Giô-na đã bị sập bẫy ngay.[252]

Lần trước tác giả không ghi lại câu trả lời của Giô-na. Chắc chắn ông tưởng mình đúng khi giận về chuyện dân thành Ni-ni-ve. Lần này ông khẳng định: "Con giận cho đến chết cũng phải lắm". Tiên tri Giô-na giống như con cá nhử mồi. Ông không biết ông đã bị dính bẫy mà Chúa giăng ra cho ông.

4:10–11 Lần cuối cùng Chúa chất vấn tiên tri Giô-na là cao trào cho toàn sách. Bây giờ Chúa phán cách rõ ràng để sửa sai tiên tri Giô-na.

Trong câu 10, Đức Gia-vê trách tiên tri Giô-na vì thái độ của ông về dây dưa. Ngài nói như thể ông là kẻ đạo đức giả vì ông nổi giận khi dây dưa khô héo. Ông không làm gì để "săn sóc nó cho lớn". Dây dưa này là phép lạ Chúa làm để chăm sóc ông.

Theo câu 11, ý của Chúa ở đây không chỉ trách Giô-na mà còn là cách lập luận từ cái nhỏ sang cái lớn hơn.[253] Nếu Giô-na chẳng có lý do gì để giận dữ về dây dưa (vì ông đã không "săn sóc nó cho lớn"), thì ông chẳng có lý do gì để giận dữ vì thành Ni-ni-ve được giải cứu.[254] Fretheim cũng cho rằng, câu hỏi của Chúa ở đây tương tự với câu hỏi của chủ vườn trong ngụ ngôn của Chúa Giê-xu về những người làm công trong vườn nho trong Ma-thi-ơ 20:1–

---

[250]Khi phát âm nguyên văn, từ "con sâu" (תּוֹלַעַת) và từ đầu của cụm từ "lúc hừng đông" (בַּעֲלוֹת) nghe gần giống nhau, có nguyên âm gần giống nhau nhưng sắp xếp theo thứ tự ngược lại. Hình như tác giả chơi chữ sử dụng hiện tượng đồng âm để cho thấy chuyện con sâu đến vào lúc mặt trời mọc là chuyện hợp lý (Sasson, *Jonah*, 301).

[251]Sasson, *Jonah*, 304.

[252]Stuart, *Hosea-Jonah*, 506.

[253]Đây là các lý luận phổ biến trong Kinh Thánh (Sáng 44:8; Phục 31:27; 2 Các Vua 5:13; Mat 6:30; 10:31; 12:12; Lu-ca 12:24) và tài liệu Do Thái khác (Limburg, *Jonah*, 97).

[254]Fretheim, "Jonah and Theodicy", 235.

16. Ở câu 15, chủ nhà nói: "Chẳng lẽ tôi không được phép sử dụng những gì tôi có theo ý tôi sao? Hay là bạn thấy tôi rộng lượng mà ganh tị?"[255]

Ở đây tác giả cho biết dân số của thành Ni-ni-ve là 120.000 người và cũng mô tả họ là "người không biết phân biệt tay phải và tay trái". Mặc dù một số người cho rằng câu này đang tính số trẻ con (ngụ ý dân số có thể hơn 600.000 người), nhưng không nhất thiết là như vậy vì trong Kinh Thánh thường nói câu "không được xây qua bên phải hoặc bên trái" (Phục 5:32; cũng xem Phục 17:11, 20; 28:14; Giôs 1:7; 2 Vua 22:2) để diễn đạt việc không vi phạm lời Chúa. Trong bối cảnh lời phán xét trong 1:2, dường như dân Ni-ni-ve có đời sống đạo đức suy đồi vì họ không biết lời Chúa.[256] Nhưng thay vì đoán phạt họ, Chúa lấy làm tiếc một dân lớn này không biết sống thế nào cho đúng.

Trong bối cảnh cả Kinh Thánh, chúng ta cùng tiên tri Giô-na biết rằng dân thành Ni-ni-ve là tạo vật của Chúa (nhất là trong Sáng 1–2; cũng so sánh Giô-na 1:9), và họ thuộc về Ngài (xem Thi 24:1–2). Đó là cơ sở tình yêu thương của Chúa dành cho họ. Nếu Giô-na là nhà tiên tri của Chúa, thì ông nên tiếc cho sự hư mất của họ, như Chúa vậy.

Sách này kết thúc bằng một câu hỏi dành cho tiên tri Giô-na.[257] Ông đã trả lời như thế nào? Các học giả có thể suy đoán.[258] Tuy nhiên, khi kết thúc bằng một câu hỏi, tác giả muốn thách thức chúng ta phải chọn một quan

---

[255]Fretheim, "Jonah and Theodicy", 236.

[256]Wiseman, "Jonah's Nineveh", 40.

[257]Một học giả cho rằng Giô-na 4:11 không phải là câu hỏi mà là câu khẳng định Chúa sẽ phạt người thành Ni-ni-ve: "Còn Ta không tiếc thành lớn Ni-ni-ve trong đó có hơn một trăm hai mươi nghìn người không biết phân biệt tay phải và tay trái, cùng với rất nhiều đàn súc vật". Lý do là vì câu này không có chữ ה thường dùng để giới thiệu câu hỏi. Như thế, câu này cho rằng việc ăn năn của người thành Ni-ni-ve là việc ăn năn giả cho nên sau này Chúa sẽ phạt họ (Philippe Guillaume, "Caution: Rhetorical Questions!", *Biblische Notizen* 103 [2000]: 15–16). Ben Zvi trả lời rằng câu hỏi không bắt buộc phải có chữ ה hoặc từ tương tự (Ehud Ben Zvi, "Jonah 4:11 and the Metaprophetic Character of the Book of Jonah", *The Journal of Hebrew Scriptures* 9 [2009]: 7). Ngoài ra, quan điểm của Guillaume không giải thích đầy đủ về quyết định của Chúa không giáng tai vạ, cũng không phù hợp với phần còn lại của sách lên án thái độ sai lầm của Giô-na. Cuối cùng, những lời nói khác của Chúa trong đoạn này cũng là câu hỏi (4:4 và 4:9), cho nên chúng ta mong đợi câu hỏi khi Ngài phán trong 4:11. Vì vậy, cách giải nghĩa 4:11 là câu hỏi cũng hợp lý.

[258]Một học giả suy đoán Giô-na không thể tránh việc chấp nhận toàn quyền thương xót của Chúa (Wolff, *Obadiah and Jonah*, 88); còn một học giả khác suy đoán Giô-na phản đối và cho rằng Ngài quá ngây thơ vì người dân thành Ni-ni-ve chưa thực sự ăn năn (Walter B. Crouch, "To Question and End, to End a Question: Opening the Closure of the Book of Jonah", *Journal for the Study of the Old Testament* 62 [1994]: 111–12).

điểm: quan điểm của Đức Gia-vê hoặc quan điểm của tiên tri Giô-na.[259] Bạn sẽ trả lời như thế nào?

Nghiên cứu thêm: Các con thú ở thành Ni-ni-ve

Tại sao 4:11 đề cập đến đối tượng thương xót của Chúa bao gồm dân thành Ni-ni-ve "cùng với rất nhiều đàn súc vật đó"? Dĩ nhiên thiên nhiên đóng vai trò quan trọng trong câu chuyện, từ biển cả trong chương 1 đến con cá lớn trong chương 2 đến các súc vật phải kiêng ăn cùng với dân thành Ni-ni-ve trong chương 3, dây dưa và con sâu trong chương 4. Tuy nhiên, tại sao trong 4:11, Chúa lại đề cập đến các súc vật là đối tượng nhận được sự quan tâm của Chúa? Trong lịch sử giải nghĩa sách Giô-na có vài quan điểm khác nhau.

Có thể tác giả muốn nhấn mạnh Đức Chúa Trời là Đấng thương xót, ngay cả thú vật cũng được Chúa quan tâm.[a] Có lẽ đây là cách giải thích đơn giản nhất. Có thể Chúa đề cập đến các con vật vì chúng đã cùng con người kiêng ăn trong 3:7–8. Ngoài ra, thú vật có giá trị hơn dây dưa.[b]

Một quan điểm khác cho rằng đây là chi tiết hài hước, cũng như các chi tiết Giô-na bị con cá lớn nuốt, con sâu, và các súc vật mặc áo sô.[c]

Một quan điểm cuối cùng là quan điểm của Rickie Moore. Ông cho rằng hai cách giải thích ở trên không đủ lý giải tại sao Chúa đề cập đến các súc vật. Ông cho rằng trong sách Giô-na chúng ta không thấy cảm xúc của tiên tri Giô-na mấy. Trong chương 1, ngay cả khi ông sắp chết, hình như ông cũng không có cảm xúc gì, hoàn toàn trái ngược với các thủy thủ. Chương 2 là bài thi thiên sử dụng nhiều từ ngữ của các thi thiên khác nhưng cũng không bày tỏ cảm xúc gì của Giô-na.[d] Khi đến Giô-na 4:1–2, chúng ta mới biết quan điểm của ông, ấy là ông giận vì Chúa thương xót.[e] Trong 4:9, ông thừa nhận ông giận vì dây dưa. Ông muốn chết, nhưng ông chưa thừa nhận ông muốn thấy dân thành Ni-ni-ve phải chết.[f] Moore cho rằng lý do Chúa đề cập đến các súc vật là vì Chúa muốn chọc giận Giô-na để rồi ông bày tỏ hết các cảm xúc của mình, giống như Cơ Đốc nhân trong truyền thống Ngũ Tuần có thói quen cầu nguyện kiểu trải cả lòng mình ra trước Chúa, "để chúng hết trên bàn thờ của Chúa."[g]

---

[259] Crouch, "To Question and End, to End a Question", 106.

Quan điểm của Moore rất thú vị. Tuy nhiên, tôi nghĩ rằng ông đã dùng một lời giải thích lỗi thời dựa trên truyền thống Ngũ Tuần. Dĩ nhiên, Đức Chúa Trời vượt trên thời gian. Và Ngài hiểu biết tâm lý của con người hơn cả các nhà tâm lý học xuất chúng nhất. Tuy nhiên, các tác giả Kinh Thánh thì sao? Tôi nghĩ khi liên kết với 3:7–8 để giải thích lý do Chúa đề cập đến các súc vật, thì câu trả lời của chúng ta là: vì chúng cùng tham gia vào việc ăn năn của thành Ni-ni-ve.

[a]Ví dụ, xem John Calvin, *Commentaries on the Twelve Minor Prophets*, bd. John Owen, t. 3 (Bellingham, WA: Logos Bible Software, 2010), 144; Wolff, *Obadiah and Jonah*, 175; Allen, *The Books of Joel, Obadiah, Jonah, and Micah*, 234.

[b]Stuart, *Hosea-Jonah*, 508.

[c]Sasson, *Jonah*, 319.

[d]Rickie D. Moore, "'And Also Much Cattle': Prophetic Passions and the End of Jonah", *Journal of Pentecostal Theology* 5, số ph. 11 (1997): 40–42.

[e]Moore, "'And Also Much Cattle'", 43.

[f]Moore, "'And Also Much Cattle'", 45.

[g]Moore, "'And Also Much Cattle'", 46–47.

Sứ điệp cho hội thánh

Chương cuối cùng này so sánh sự giận dữ của tiên tri Giô-na với tình yêu thương của Đức Chúa Trời. Tình yêu thương này cũng được bày tỏ qua sự tể trị của Chúa. Hai thuộc tính này của Đức Chúa Trời khích lệ chúng ta tin cậy và vâng phục lời Ngài.

Điều gì là tốt đẹp?

Nhiều lúc chúng ta có quyền lựa chọn: nổi giận hoặc bày tỏ tình yêu thương. Chúng ta chọn cách nào?

Trong chương 4, hai lần Chúa chất vấn Giô-na: "Con giận có đúng không?" (4:4, 9). Đạo đức học thường trả lời câu hỏi: Điều gì là tốt lành? Có lối sống nào tốt đẹp, đáng khen không?

Tiên tri Giô-na là nhân vật chống đối Chúa, và sách Giô-na kể lại những cuộc phiêu lưu của ông qua chân dung một nhân vật vừa hài hước vừa đáng thương vì ông có thái độ rất nhỏ mọn. Ông quan tâm đến dây dưa và lợi ích của chính mình nhưng chẳng quan tâm gì đến sự chết của 120.000 người.

Còn Chúa là Đấng yêu thương. Ngài tha thứ và giải cứu dân thành Ni-ni-ve vì sự nhân từ của Ngài. Ngài cũng cung ứng chỗ nghỉ ngơi cho tiên tri

Giô-na, như Ngài đã giải cứu ông khỏi sự chết trong chương 2. Lòng thương xót của Chúa sâu rộng đến mức Ngài có thể tha thứ cho kẻ thù của Y-sơ-ra-ên.

Điều nào tốt? Sự giận dữ của tiên tri Giô-na hay tình yêu thương của Đức Chúa Trời? Tôi chọn tình yêu thương của Đức Chúa Trời vì tôi là tội nhân, đôi khi tôi không biết phân biệt phải trái, đúng sai. Tôi cần ân điển của Chúa, và tôi muốn người khác kinh nghiệm được ân điển đó. Cảm ơn Chúa vì Ngài là Đấng "kiên nhẫn đối với anh em, không muốn một người nào chết mất mà muốn mọi người đều ăn năn" (2 Phi 3:9). Vì vậy, chúng ta phải vâng theo lời dạy của Chúa Giê-xu là hãy thương xót thì Chúa sẽ thương xót với chúng ta (Mat 5:7).[260]

Sự tể trị và tình yêu thương của Đức Chúa Trời

Đức Chúa Trời bày tỏ ân điển qua việc Ngài làm trong thiên nhiên. Ngài làm cho dây dưa mọc lên trong một đêm để phủ bóng trên đầu Giô-na (4:6, 10). Ngài dùng một con sâu để làm cho dây dưa chết trong một đêm để kỷ luật Giô-na (4:7). Ngài cũng "chuẩn bị một cơn gió nóng" để mang đến bài học cụ thể cho Giô-na (4:8). Cả hai việc, cung ứng và kỷ luật Giô-na, đều là ân điển của Chúa. Cả hai việc cũng đều là cách Ngài dùng để bày tỏ quyền năng của Ngài trên thiên nhiên. Ngài là Đấng "đã làm nên biển và đất khô" (1:9) và Ngài tể trị mọi sự trong công trình sáng tạo này.

Tình yêu của Chúa chính là vấn đề mà Giô-na phản đối. Và đó là bài học chính chúng ta cần rút ra. Thứ nhất, chúng ta nhận được ân điển của Chúa không phải vì chúng ta là người tốt đẹp hoặc đáng khen. Chúng ta được cứu vì tình yêu sâu rộng của Đức Chúa Trời. Ngay khi chúng ta chết trong tội lỗi mình, thì Chúa Giê-xu hy sinh mạng sống của Ngài vì chúng ta (Rô 5:6–11). Cảm ơn Chúa vì tình yêu tuyệt vời của Ngài!

Nhưng bài học tiếp theo liên hệ đến thái độ của chúng ta. Nếu chúng ta ghét một dân tộc hoặc một cá nhân nào đó, chúng ta phải nhớ rằng họ cũng là tạo vật của Chúa. Họ cũng là người Chúa muốn cứu để trở nên công dân của Nước Trời, một nước gồm nhiều dân tộc, như Khải Huyền 7:9–10 cho chúng ta biết:

> Sau đó tôi nhìn xem, kìa, có một đoàn người rất đông không ai đếm được, *từ các nước, các bộ tộc, các dân tộc, các thứ tiếng*, đứng trước ngai và trước Chiên Con, mặc áo dài trắng, tay cầm lá kè. Họ lớn tiếng kêu rằng: "*Sự cứu*

---

[260]Youngblood, *Jonah*, 174–75.

rỗi thuộc về Đức Chúa Trời của chúng ta, Đấng ngồi trên ngai, và thuộc về Chiên Con.”

Ắt hẳn không tình cờ khi tiếng hô vang rền của các dân tộc trong Khải Huyền có ý giống như Giô-na 2:10. Việc các dân tộc hiện diện để thờ phượng Chúa dựa trên tình yêu sâu rộng của Chúa Cứu Thế được trình bày trong sách Giô-na. Cảm ơn Chúa vì tình yêu sâu rộng của Ngài. Cầu xin Chúa biến đổi lòng của chúng ta để chúng ta biết yêu thương người khác như Ngài vẫn luôn yêu thương họ.

Những gợi ý giảng dạy sách Giô-na

Sách Giô-na là sách tuyệt vời cho người giảng dạy lời Chúa. Ai cũng có thể đồng cảm với tiên tri Giô-na khi ông không vâng phục, khi ông cảm tạ Chúa từ bụng cá vì Ngài giải cứu ông, khi ông nổi giận và bày tỏ thái độ ích kỷ. Khi giảng, hội thánh có thể sẽ cười khi thấy những quyết định sai lầm của ông và hậu quả xảy đến, nhưng cũng cười vì biết họ cũng không khác Giô-na. Trong từng chương, phần **Sứ điệp cho hội thánh** có những gợi ý về việc áp dụng sách Giô-na ngày nay. Người giảng dạy có thể tham khảo.

Thay vì nói lại nội dung đó, phần này cung cấp một số gợi ý chung về việc giảng dạy sách Giô-na. Khi giảng dạy, tôi đề nghị không bỏ qua khía cạnh hài hước của câu chuyện này. Như Đức Chúa Trời hành động qua kinh nghiệm của tiên tri Giô-na để dạy dỗ ông, thì chúng ta cũng có thể dõi theo những thất bại và thành công của ông mà học hỏi. Có lúc hành trình của tiên tri Giô-na thật khôi hài, và chúng ta nên tận dụng khía cạnh hài hước đó. Có lúc hành trình đó thật nghiêm túc, đòi hỏi chúng ta suy nghĩ về vấn đề khó xử. Nói chung bài giảng nên phù hợp với nội dung.

Về thời lượng cho mỗi bài giảng từ sách Giô-na có thể rất linh động. Chúng ta có thể giảng cả câu chuyện trong một bài, hai bài hoặc bốn bài giảng khác nhau.

Giảng sách Giô-na trong một bài giảng

Có lần tôi đã giảng cả sách Giô-na trong một bài giảng. Tôi tập trung vào những sự kiện quan trọng nhất của câu chuyện. Tôi lướt qua chương 2 và chỉ nhấn mạnh sự kiện Giô-na được giải cứu rồi nói "Sự cứu đến từ Đức Giê-hô-va" (2:10). Ý chính và bố cục bài giảng có thể như sau:

Ý chính bài giảng:

Đức Chúa Trời cứu chuộc những ai ăn năn và tin nơi Ngài.

Bố cục bài giảng:

1. Giô-na và các thủy thủ (ch. 1–2): Chúa cứu giúp những ai kêu cầu Ngài.
2. Giô-na và thành Ni-ni-ve (ch. 3–4): Chúa thương xót những ai ăn năn và tin nơi Ngài.

Điểm thứ nhất kết hợp việc Chúa giải cứu các thủy thủ trong chương 1 và Giô-na trong chương 2 và lời khẳng định trong Giô-na 2:10 để nói về sự giải cứu của Chúa. Điểm thứ hai kết hợp sự kiện trong chương 3 khi dân thành Ni-ni-ve ăn năn và được giải cứu và lời giải thích về lòng thương xót của Chúa trong chương 4 để tập trung vào tình yêu sâu rộng của Chúa.

Điểm yếu của cách giảng này là ý chính có thể rất chung chung, và bài giảng phải lướt qua nhiều chi tiết. Tuy nhiên, chúng ta vẫn có thể giảng một bài duy nhất, không nhất thiết phải là một loạt bài. Nếu là diễn giả khách mời chỉ giảng một lần ở một hội thánh, đây là lựa chọn hợp lý. Tuy nhiên, nếu giảng ở hội thánh của mình, thì tôi đề nghị chúng ta dành ít nhất hai hoặc bốn tuần để giảng hết sách Giô-na.

Giảng sách Giô-na qua hai bài giảng

Nếu muốn giảng trong hai tuần, thì hai điểm chính được trình bày ở trên trở thành ý chính của hai bài giảng.

Tuần 1: Chương 1–2

Ý chính bài giảng:

Đức Chúa Trời là Đấng Cứu Chuộc chúng ta.

Bố cục bài giảng:

1. Chúa giải cứu những người chưa biết đến Ngài (ch. 1).
2. Chúa giải cứu những người đã biết Ngài (ch. 2).

Tuần 2: Chương 3–4

Ý chính bài giảng:

Đức Chúa Trời là Đấng yêu thương.

Bố cục bài giảng:

1. Tình yêu sâu rộng của Đức Chúa Trời dành cho kẻ tội lỗi nhất nhưng bằng lòng ăn năn (ch. 3).
2. Tình yêu sâu rộng của Đức Chúa Trời dạy chúng ta yêu như Ngài đã yêu (ch. 4).

Giảng sách Giô-na qua bốn bài giảng

Lý tưởng là giảng sách Giô-na qua bốn tuần, lần lượt chia sẻ sứ điệp chi tiết của từng chương.

Tuần 1: Chương 1

Ý chính bài giảng:

Mặc dù chúng ta trốn tránh Chúa, nhưng ân điển kỷ luật của Ngài vẫn dõi theo chúng ta.

Bố cục bài giảng:

1. Sứ mạng của Chúa là công chính (1:1–2).
2. Tôi tớ của Chúa chịu sự sửa phạt khi trốn tránh sứ mạng của Chúa (1:3–6).
3. Chúa có cách xử lý tôi tớ không vâng phục của Ngài (1:7–13).
4. Chúa luôn mang lại vinh quang cho danh Ngài (1:14–16).

Khi giảng một chuyện kể, chúng ta nên giảng sao cho người nghe có thể theo dõi câu chuyện, không phải ép câu chuyện trở thành kiểu giáo huấn như trong thư tín hoặc luật pháp. Câu chuyện này vừa khủng khiếp vừa buồn cười. Buồn cười vì tiên tri Giô-na trốn Chúa, là Đấng dựng nên biển và đất khô, nghĩa là một Đấng không ai có thể trốn được. Khủng khiếp vì cơn bão đe dọa mọi người trên tàu, và giải pháp là ném một người xuống biển. Điều ngạc nhiên là người ngoại đạo lại kêu cầu và tôn vinh Chúa. Chúng ta nên giảng sao cho người nghe cảm nhận được tất cả các cảm xúc này và cuối cùng cùng với các thủy thủ tôn vinh Chúa, yêu mến và kính sợ Ngài.

Tuần 2: Chương 2

Ý chính bài giảng:

Trong nguy nan, sự cứu giúp đến từ Đức Chúa Trời.

Bố cục bài giảng:

1. Nguy nan khiến chúng ta phải kêu cầu Chúa, Đấng trả lời chúng ta (2:1–3, 5, 8).
2. Nguy nan khiến chúng ta hiểu rõ sự giải cứu của Chúa hơn (2:4, 7).
3. Nguy nan khiến chúng ta tôn vinh Chúa, Đấng giải cứu chúng ta (2:9–11).

Rõ ràng câu 10 là ý chính. Ở đầu bài giảng, tôi đề nghị chúng ta nhắc đến sự giải cứu của Chúa dành cho các thủy thủ trong chương 1, rồi tiếp tục giải thích về sự giải cứu dành cho tiên tri Giô-na.

Khi giảng bài thơ trong chương 2, tôi uyển chuyển một chút khi trình bày nội dung. Đôi khi bố cục bản văn trình bày các chủ đề theo từng bước từ đầu đến cuối: ví dụ, chủ đề A, rồi đến chủ đề B, rồi đến chủ đề C. Bố cục đó không đòi hỏi người giảng phải tự sắp xếp nội dung (chẳng hạn như Thi 13, 32, 139). Tuy nhiên, thơ ca Cựu Ước thường có bố cục phức tạp hơn. Tác giả nhắc đi nhắc lại một vài chủ đề hoặc tâm trạng: ví dụ, A, B, C, A', B', C'. Bài thơ trong Giô-na 2 là ví dụ của loại cấu trúc thứ hai này. Nếu giảng theo thứ tự bản văn, người nghe có thể thấy khá mệt mỏi. Vì vậy, trong bố cục ở trên, tôi đề nghị sắp xếp lại theo chủ đề.

Tuần 3: Chương 3

Ý chính bài giảng:

Lời Chúa mang lại sự biến đổi Ngài mong muốn.

Bố cục bài giảng:

1. Sứ mạng của Chúa đôi khi có thể khó chấp nhận đối với con người tội lỗi (3:1–4).

2. Tuy nhiên, lời Chúa mang đến sự ăn năn (3:5–9).

3. Chúa sẵn lòng tha thứ cho người nào ăn năn (3:10).

Bối cảnh của câu chuyện này là định kiến của tiên tri Giô-na và chúng ta ngày nay về những người xấu xa, gian ác. Tiên tri Giô-na đã vâng phục sau khi nhận sứ mạng lần thứ hai. Tuy nhiên, kết quả của việc Giô-na giảng lời Chúa không phải do nỗ lực của ông mà do thẩm quyền của lời Ngài. Chúng ta có thể nghĩ rằng họ sẽ không ăn năn đâu. Tuy nhiên, điều ngạc nhiên mà chúng ta muốn nhấn mạnh đó là dân thành Ni-ni-ve đã ăn năn (giống như các thủy thủ trong chương 1). Bài giảng này cần tôn cao thẩm quyền của lời Chúa và lòng thương xót của Ngài.

Tuần 4: Chương 4

Ý chính bài giảng:

Tình yêu sâu rộng của Đức Chúa Trời dạy chúng ta yêu như Ngài đã yêu (ch. 4).

Bố cục bài giảng:

1. Đôi khi, chúng ta phản đối lòng thương xót của Đức Chúa Trời (4:1–4).

2. Đôi khi chúng ta chỉ quan tâm đến lợi ích của chính mình (4:5–9).

3. Nhưng Đức Chúa Trời là Đấng quan tâm đến lợi ích của mọi tạo vật của Ngài (4:10–11).

Phân đoạn này không nói thẳng: Giô-na phải yêu như Chúa yêu. Tuy nhiên, Chúa chất vấn tiên tri Giô-na, có nghĩa là mục đích của phân đoạn này là thuyết phục ông yêu như vậy. Trong bài giảng, chúng ta cần giúp người nghe hiểu cách Chúa lập luận. Qua đó, chúng ta cũng được thuyết phục về tình yêu của Chúa. Đó là sứ điệp quý báu đối với tội nhân và cần thiết cho người truyền giảng cho tội nhân. Cảm ơn Chúa vì Ngài là Đấng yêu thương cách dư dật!

Phụ Lục: Thể loại Văn chương của Sách Giô-na

Vấn đề thể loại văn chương của sách Giô-na là một vấn đề tranh cãi giữa các học giả suốt hơn 40 năm qua. Một học giả cho rằng nó là vấn đề không thể giải quyết được.[261] Tuy nhiên, để hiểu đúng sách Giô-na, chúng ta phải cố gắng hiểu đúng mục đích của tác giả khi viết sách. Trong phần phụ lục này, tôi xin giới thiệu một số tiên đề, tóm lại những quan điểm chính, và tìm cách trả lời câu hỏi: Tác giả của sách Giô-na định viết một câu chuyện nghiêm túc hay chuyện châm biếm?

Các tiên đề

Có ba tiên đề cần thiết về vấn đề thể loại văn chương. *Thứ nhất,* thể loại văn chương là cách nói về ý định của tác giả.[262] Thể loại văn chương trả lời câu hỏi: Tác giả muốn độc giả (và nhất là độc giả nguyên thủy) hiểu tác phẩm như thế nào? Bình thường tác giả ngày xưa không nói rõ ý định của mình. Tuy nhiên, tác giả dùng những manh mối trong sách giúp chúng ta hiểu ý định đó.[263] Cách chúng ta nói về thể loại văn chương nên phù hợp với bối cảnh của tác giả và những manh mối trong sách.

Thứ hai, khi nói về thể loại văn chương, học giả thường phân biệt giữa những khái niệm bên trong và khái niệm bên ngoài. Khái niệm bên trong chỉ về những yếu tố thuộc một nền văn hóa và ngôn ngữ cụ thể. Khái niệm bên ngoài nói đến những yếu tố không thuộc nền văn hóa và ngôn ngữ đó, mà được tiếp thu từ nền văn hóa khác. Một kiểu khái niệm bên ngoài là dạng truyện ngụ ngôn (ví dụ: truyện kể mà tiên tri Na-than dùng trong 2 Sa 12:1 15) hoặc châm ngôn (Châm 1:1; 10:1; 25:1), vì chúng ta biết về những

---

[261] Bolin, *Freedom Beyond Forgiveness*, 53.
[262] Alexander, "Jonah and Genre", 40.
[263] Alexander, "Jonah and Genre", 42–43.

thể loại đó qua Kinh Thánh. Đối với Kinh Thánh, thể loại khái niệm bên ngoài có thể bao gồm *novella* (tiểu thuyết ngắn; một số người xem sách Ru-tơ và sách Giô-na là dạng tiểu thuyết này) hoặc có thể truyện châm biếm.[264] Cả hai cách nói về thể loại văn chương có thể hữu ích, nhưng cách chúng ta chọn phân tích một bản văn trong Cựu Ước phải phù hợp với bối cảnh của tác giả.

Thứ ba, mục đích dạy dỗ không nhất thiết mâu thuẫn với mục đích kể lại lịch sử. Trong phần giới thiệu, tôi ủng hộ tính lịch sử của sách Giô-na. Tuy nhiên, một số học giả nói rằng Giô-na không kể lại lịch sử vì rõ ràng sách có ý định giáo huấn.[265] Tuy nhiên, hai điều đó không hẳn mâu thuẫn với nhau.[266] Thật ra, đa số sách lịch sử trong Cựu Ước cũng có ý định dạy dỗ. Sách lịch sử trong Kinh Thánh là lịch sử theo quan điểm tiên tri, có nghĩa là họ không viết theo kiểu khách quan như các nhà sử học hiện đại, nhưng họ viết theo quan điểm đặt Chúa ở trọng tâm để dạy dỗ dân sự Ngài.[267] Ngoài ra, khi viết, các tác giả cũng sáng tạo, sử dụng những công cụ văn chương để kể lại lịch sử sao cho việc dạy dỗ trở nên hiệu quả.[268]

Sơ lược các quan điểm

Với các tiền đề đó, tôi xin tóm lại một vài quan điểm về thể loại văn chương của sách Giô-na. Ngoài quan điểm truyền thống cho rằng đây là câu chuyện lịch sử,[269] học giả chọn một số thể loại văn chương khác cho sách Giô-na.

Thứ nhất là truyện phúng dụ. Trong truyện phúng dụ, từng chi tiết đại diện cho một điều gì khác. Theo cách giải nghĩa này, Giô-na là người Y-sơ-ra-ên, con cá lớn là đế quốc Ba-by-lôn đem người Y-sơ-ra-ên đi lưu đày vì họ đã không thực hiện sứ mạng truyền giáo cho người ngoại, v.v...[270] Tuy nhiên, hầu hết các học giả ngày nay không theo quan điểm này vì thể loại phúng dụ không phù hợp với sách Giô-na. Truyện phúng dụ phải có manh

---

[264] Châm biếm có thể là *parody*, bắt nguồn từ tiếng Hy Lạp, παρωδία (W. J. Kynes, "Beat Your Parodies into Swords, and Your Parodied Books into Spears: A New Paradigm for Parody in the Hebrew Bible", *Biblical Interpretation* 19, số ph. 3 [2011]: 283), là một thể loại bắt nguồn từ văn học Hy Lạp, không phải văn học Hê-bơ-rơ.

[265] Fretheim, *The message of Jonah*, 66.

[266] Alexander, "Jonah and Genre", 54.

[267] Sidney Greidanus, *The Modern Preacher and the Ancient Text: Interpreting and Preaching Biblical Literature* (Wm. B. Eerdmans Publishing, 1988), 191.

[268] Youngblood, *Jonah*, 31.

[269] Alexander, "Jonah and Genre", 58.

[270] Walton cho rằng đây là quan điểm thường thấy ở đầu thế kỷ 20 ("Jonah", 460).

mối rõ ràng để độc giả nhận biết ngay,[271] nhưng sách Giô-na không có manh mối gì khiến độc giả tin rằng, con cá đại diện cho đế quốc Ba-by-lôn.

Thứ hai là ngụ ngôn.[272] Mặc dù một số người cho rằng sách Giô-na là ngụ ngôn, nhưng sách Giô-na dài hơn và phức tạp hơn các ngụ ngôn khác. Quan trọng hơn, sách Giô-na thiếu lời giải thích cho ngụ ngôn ấy như ngụ ngôn của tiên tri Na-than (xem 2 Sa 12:7; so sánh Mác 4:13–20).[273]

Thứ ba là *midrash*. *Midrash* là thể loại của người Do Thái chọn một câu Kinh Thánh và giải nghĩa hoặc, có lúc, bịa ra chi tiết về câu đó để áp dụng cho tình huống của người viết. Budde cho rằng câu Kinh Thánh ấy của sách Giô-na là 2 Các Vua 14:25, còn Trible cho rằng câu ấy là Xuất Ê-díp-tô Ký 34:7. Tuy nhiên, các học giả không đồng ý về câu Kinh Thánh ấy, và *midrash* phát triển vào thời điểm rất lâu sau thời của sách Giô-na. Cho nên hẳn Giô-na không phải là *midrash*.

Thứ tư là *novella* (có nghĩa là "tiểu thuyết ngắn") hoặc truyện ngắn. Đây là quan điểm chung của những người cho rằng sách Giô-na không phải là lịch sử, nhưng họ cũng không gọi sách Giô-na là truyện châm biếm. Tuy nhiên, như Holbert nói, gọi sách Giô-na là *novella* hoặc truyện ngắn không cho biết nhiều về thể loại của sách,[274] nhất là ý định của tác giả. Tác giả muốn chúng ta hiểu truyện ngắn này như thế nào (dù nói về lịch sử hay không)?

Thứ năm là truyện châm biếm. Theo quan điểm này, những manh mối cho thấy đây là truyện châm biếm bao gồm các phép lạ và cách mô tả tiên tri Giô-na như là nhân vật lố bịch.[275] Tác giả mong muốn chúng ta cười tiên tri Giô-na. Qua đó tác giả chống lại một quan điểm nào đó trong xã hội của mình. Đối tượng mà tác giả chống lại thì tùy theo học giả, có thể là: những người thủ cựu thời hậu lưu đày như E-xơ-ra và Nê-hê-mi không quan tâm đến sự cứu rỗi của người ngoại,[276] các sách tiên tri[277] hoặc nhà biên tập của các sách tiên tri hoặc người đọc sách tiên tri,[278] hoặc tiên tri Giô-na, là

---

[271] Stuart, *Hosea-Jonah*, 436.

[272] Allen, *The Books of Joel, Obadiah, Jonah, and Micah*, 177.

[273] Alexander, "Jonah and Genre", 39.

[274] John C Holbert, " 'Deliverance Belongs to Yahweh': Satire in the Book of Jonah", *Journal for the Study of the Old Testament* 21 (1981): 59.

[275] Burrows, "The Literary Category of the Book of Jonah", 94–96.

[276] Burrows, "The Literary Category of the Book of Jonah", 105.

[277] Miles, "Laughing at the Bible", 170.

[278] Michael Orth, "Genre in Jonah: The Effects of Parody in the Book of Jonah", trong *The Bible in the Light of Cuneiform Literature*, btv. William W. Hallo, Bruce William Jones, và Gerald L. Mattingly, Scripture in Context 3 (Lewiston, NY: E. Mellen, 1990), 273–74.

người đại diện cho các tiên tri đạo đức giả.[279] Một trong những điều châm biếm trong sách là sự kêu gọi của nhà tiên tri. Có nhiều tiên tri như Giô-na, miễn cưỡng khi được kêu gọi, bao gồm Môi-se (Xuất 3–4), Ê-sai (Ê-sai 6), và Giê-rê-mi (Giê 1). Khác với họ, Giô-na trốn tránh việc công bố lời tiên tri.[280] Trong khi Ê-sai trả lời sự kêu gọi bằng lời: "Có con đây, xin Chúa sai con!" (Ê-sai 6:8), thì tiên tri Giô-na mua vé tàu trốn Đức Gia-vê (1:3).[281]

Tuy nhiên, một số học giả phản đối cách giải thích ý định của tác giả này. Berlin thắc mắc: nếu tác giả định chống lại các sách tiên tri, thì tại sao từ trước đến giờ sách Giô-na được chấp nhận là sách tiên tri và được giải nghĩa một cách nghiêm túc? Các nhà giải nghĩa Kinh Thánh Do Thái từ xưa đến giờ có hiểu sai ý định của tác giả không?[282] Ngoài ra, tình huống miễn cưỡng của Môi-se, Ê-sai và Giê-rê-mi hoàn toàn khác với Giô-na. Họ thấy mình không xứng đáng nhận sứ mạng hoặc thấy mình sẽ không được đón nhận. Còn Giô-na thì muốn tránh sứ mạng vì thái độ không đúng của chính ông.[283]

Sách Giô-na là truyện nghiêm túc hay châm biếm?

Rõ ràng sách Giô-na chứa đựng những chi tiết buồn cười. Thế nhưng ý định của tác giả có phải dùng tính hài hước để phê bình Kinh Thánh hoặc chống lại một quan điểm nào đó vào thời của mình không?

Như đã trình bày ở trên, một số người cho rằng sách Giô-na là truyện châm biếm nhằm mục đích phê bình những người thủ cựu trong cộng đồng hậu lưu đày, các nhà tiên tri hoặc các tiên tri đạo đức giả. Một số học giả khác cũng chấp nhận một khía cạnh châm biếm, nhưng họ không chấp nhận cả sách là truyện châm biếm.[284] Vấn đề là: truyện châm biếm là gì?

W. J. Kynes đã viết một bài định nghĩa và phân loại truyện châm biếm một cách cẩn thận hơn các học giả khác.[285] Trong bài này Kynes nói rằng

---

[279] Holbert, " 'Deliverance Belongs to Yahweh' ", 75.

[280] Burrows, "The Literary Category of the Book of Jonah", 170.

[281] Burrows, "The Literary Category of the Book of Jonah", 172.

[282] Berlin, "Rejoinder to John A Miles, Jr, with Some Observations on the Nature of Prophecy", 227. Cũng xem Simon, *Jonah*, xxi.

[283] Berlin, "Rejoinder to John A Miles, Jr, with Some Observations on the Nature of Prophecy", 227.

[284] Ví dụ: Walton, "Jonah", 461.

[285] Kynes, "Beat Your Parodies into Swords".

truyện châm biếm có thể có mục đích nghiêm túc.[286] Dựa trên nghiên cứu của Linda Hutcheon,[287] Kynes phân biệt giữa *parody*, là dạng phê bình một bản văn khác, và *satire*, mà dạng phê bình một hiện tượng không nằm trong bản văn, như một tệ nạn xã hội.[288] Truyện châm biếm có thể bắt chước cách nói phóng đại và hài hước của dạng văn xuôi nhưng đồng thời tôn trọng bản văn đó trong khi phê bình một vấn đề xã hội. Ví dụ: một trong những câu chuyện nổi tiếng nhất của văn học Hy Lạp cổ đại là Odyssey của Homer. Odysseus là vị anh hùng của câu chuyện. Ông cùng quân đội ra trận đánh các nước khác; chiến tranh xong thì ông tìm mọi cách để trở về. Trong khi đó, người vợ xinh đẹp của ông, tên là Penelope, vẫn chung thủy chờ đợi chồng về, mặc dù có nhiều chàng trai trẻ muốn chinh phục cô. Tuy nhiên, một câu chuyện hiện đại do James Joyce viết lại kể về một nhân vật tên là Molly cũng phải chờ chồng. Tuy nhiên, Molly lại không chung thủy. Qua đó, Joyce đã biến nhân vật chung thủy của Homer thành một nhân vật ngược lại. Mục đích là vừa tôn trọng tác phẩm của Homer vừa phê bình đạo đức đi xuống của xã hội mình.[289]

Sách Giô-na đúng là sách châm biếm, nhưng không phải như các học giả, chẳng hạn như Burrows Miles, giải thích. Giô-na không phải là sách phê bình các sách khác của Kinh Thánh như E-xơ-ra, Nê-hê-mi hoặc các nhà tiên tri. Theo cách hiểu của Kynes, sách Giô-na là loại truyện châm biếm hài hước nhưng tôn trọng những bản văn gốc. Giống như các tiên tri khác, Giô-na tiếp nhận lời Chúa. Tuy nhiên, hành vi của ông hoàn toàn ngược lại với các tiên tri khác khi ông chạy trốn Chúa. Vì vậy, ông là đối tượng của truyện châm biếm, và ông đại diện cho ai không ăn năn hoặc không chấp nhận sự thương xót của Chúa.[290] Như vậy, sách Giô-na vừa là sách phù hợp với các sách tiên tri khác, vừa là sách châm biếm, thuyết phục chúng ta yêu mến kẻ thù như Chúa luôn yêu họ.

---

[286] Kynes, "Beat Your Parodies into Swords", 278.

[287] Linda Hutcheon, *A Theory of Parody: The Teachings of Twentieth-Century Art Forms* (New York: Methuen, 1985).

[288] Kynes, "Beat Your Parodies into Swords", 286–87.

[289] Kynes, "Beat Your Parodies into Swords", 287.

[290] Kynes, "Beat Your Parodies into Swords", 302.

Phụ lục theo Câu Kinh Thánh

119